INSIGHT PUBLICA®

Kozhikode, Kerala, India 673011
www.insightpublica.com
e-mail: insightpublica@gmail.com

Aravathil

(Malayalam Novel)

T.P. Venugopalan

First Insight Publica Edition: October 2020

ISBN 978-93-89155-02-0
Cover Design: KJ VJ
Printed and Published by
Insightinpublica Printers & Publishers Pvt. Ltd.

അരവാതിൽ

ടി.പി. വേണുഗോപാലൻ

INSIGHT PUBLICA ®

കണ്ണൂർ ജില്ലയിലെ പാപ്പിനിശ്ശേരിയിൽ ജനനം.

ഭൂമിയുടെ തോട്ടക്കാർ, സുഗന്ധമഴ, കേട്ടാൽ ചങ്കുപൊട്ടുന്ന ഓരോന്ന്, അനനാസികം സൈഡ്കർട്ടൻ, കുന്നുംപുറം കാർണിവൽ, ഭയപ്പാടം, പകൽവണ്ടി യാത്രക്കാർ, മണ്ണുവായനക്കാരൻ, അത്മരക്ഷാർത്ഥം (കഥാസമാഹാരങ്ങൾ) തെമ്മാടിക്കവല, ഒറ്റയാൾനാടകത്തിലെ കഥാപാത്രങ്ങൾ, കുത്തും കോമയുമുള്ള ഈ ജീവിതം, (നോവലുകൾ) ആട് (വിവർത്തനനാടകം) എന്നീ പുസ്തകങ്ങൾ പ്രസിദ്ധീകരിച്ചിട്ടുണ്ട്

ചെറുകാട് അവാർഡ്, ഇടശ്ശേരി അവാർഡ്, അബൂദാബി ശക്തി അവാർഡ്, പ്രേംജി അവാർഡ്, മുണ്ടശ്ശേരി അവാർഡ്, അറ്റ്ലസ് കൈരളി ലിറ്ററി അവാർഡ്, അക്ഷരംഅവാർഡ്, സമന്വയം അവാർഡ്, എംപി. കുമാരൻ അവാർഡ്, പബ്ലിക്ക് സർവന്റ് സാഹിത്യ അവാർഡ്, ഡോ. കെ.എൻ. എഴുത്തച്ഛൻ അവാർഡ് അദ്ധ്യാപകലോകം അവാർഡ് എന്നിവ ലഭിച്ചിട്ടുണ്ട്.

പാപ്പിനിശ്ശേരി ഇ.എം.എസ് സ്മാരക ഗവ.ഹയർസെക്കന്ററി സ്കൂൾ പ്രിൻസിപ്പാൾ, ഇപ്പോൾ സമഗ്ര ശിക്ഷാ കേരളം കണ്ണൂർ ജില്ലാ പ്രൊജക്ട് ഓഫീസറായി ഡെപ്യൂട്ടേഷനിൽ. കേരളസാഹിത്യ അക്കാദമി അംഗം, കണ്ണൂർ യൂണിവേഴ്സിറ്റി ബോഡ് ഓഫ് സ്റ്റഡീസ് അംഗം.

വിലാസം: ടി.പി. വേണുഗോപാലൻ, കണവത്ത്, പാപ്പിനിശ്ശേരി വെസ്റ്റ് കണ്ണൂർ, 670561

email: tpvenugopalantp@gmail.com

Ph: 9496140052, 0497-2786237

ടി.പി. വേണുഗോപാലൻ

ഒരിടത്ത് ഒരു മനുഷ്യൻ ജീവിച്ചിരുന്നു.
ഒരു താഴ്‌വര നിറക്കാനുള്ളത്രയും തയ്യൽ സൂചികൾ അയാളുടെ പക്കലുണ്ടായിരുന്നു.
ഒരിക്കൽ ഒരു സ്ത്രീ അയാളോടു ചോദിച്ചു:
സുഹൃത്തേ, എന്റെ മകന്റെ കുപ്പായം കീറിപ്പോയി. അവൻ ദേവാലയത്തിലേക്ക് പോകുന്നതിനു മുൻപ് എനിക്ക് അതൊന്ന് തുന്നിക്കൊടുക്കണം.
നിങ്ങൾ എനിക്കൊരു സൂചി തരാമോ?
അയാൾ സൂചികൊടുത്തില്ല.
പകരം കൊടുക്കൽ വാങ്ങലുകളെക്കുറിച്ച് പണ്ഡിതോചിതമായ പ്രഭാഷണം നൽകി.
ദേവാലയത്തിലേക്ക് പോകുന്നതിനു മുൻപ് മകന് നൽകാൻ ഒരു താഴ്‌വര നിറക്കാനുള്ളത്രയും പ്രഭാഷണവുമായി അമ്മ മടങ്ങി.

ഖലീൽ ജിബ്രാൻ

ഒന്ന്

പവിത്രൻ പാറേമേൽ എന്ന ക്ലർക്ക്, വൃത്തിഹീനമായ കൈപ്പടയിൽ എഴുതിയ രാജിക്കത്ത് പഞ്ചായത്ത് സെക്രട്ടറിയുടെ ചില്ലുപാകിയ മേശപ്പുറത്ത് എറിഞ്ഞുകൊണ്ട് പറഞ്ഞു.

ഗുഡ്ബൈ മാഡം.

ഇരച്ചുകയറിയ അമ്പരപ്പും രോഷവും അടിച്ചമർത്തിയശേഷം ത്രേസ്യാമ്മ ലൂയിസ് എന്ന സെക്രട്ടറി കൃത്രിമമായ സമചിത്തത വരുത്തിചോദിച്ചു.

അപ്പോ കാര്യായിറ്റ് തന്നെ, അല്ലേ.?

യെസ് മാഡം.

പവിത്രൻ ദൃഢതയോടെ മറുപടിനൽകി.

ഓഫീസിൽ ഇൻഡിസിപ്ലിൻ കാണിച്ചാൽ അങ്ങോട്ടുമിങ്ങോട്ടും എന്തെങ്കിലും പറഞ്ഞെന്നിരിക്കും. അതിന് ഇതാണോ പോം വഴി? ഒന്നു പറഞ്ഞ്, രണ്ടുപറഞ്ഞ് രാജിവെയ്ക്കാൻ ഇതെന്താ പിള്ളേളരു കളിയാ?

സെക്രട്ടറി പിന്തിരിപ്പിക്കാൻ ശ്രമിച്ചു.

ഈ ഓഫീസും, ഇവിടുത്തെ ജോലിയും, എനിക്ക് തലവേദനയായിരിക്കുന്നു.

തലവേദനിക്കുമ്പം തല വെട്ടിക്കളയ്യാ വേണ്ടേ?

പവിത്രൻ ഒന്നും മിണ്ടിയില്ല.

ആട്ടെ ഇങ്ങനെയൊരു ഭ്രാന്ത് കാണിക്കുന്ന കാര്യം വീട്ടുകാരിയോടോ, മറ്റുള്ളവരോടോ ഡിസ്കസ് ചെയ്തിരുന്നോ?

അതിന്റെ ആവശ്യമുണ്ടെന്ന് തോന്നീറ്റ്ല്ല. എന്റെ കാര്യത്തിൽ മറ്റുള്ളവരെ ഇടപെടീക്കാറില്ല. തിരിച്ചും അങ്ങനെ തന്നെ.

ഓഹോ. നന്നായി. ഫുൾപെൻഷൻ കിട്ടില്ലാന്ന് മനസ്സിലാക്കീറ്റ്ണ്ടാവ്വല്ലോ. അല്ലേ?

പെൻഷൻപോയിട്ട് അഞ്ചുപൈസ വരുമാനമില്ലാത്ത ലക്ഷക്കണക്കിന് മനുഷ്യർ നാട്ടിലുണ്ട് മാഡം. അക്കൂട്ടത്തിൽ ഒരാളാകുന്നതിൽ സന്തോഷമേയുള്ളൂ.

തത്ത്വജ്ഞാനം കൊണ്ട് പച്ചരി കിട്ട്വോ?

പച്ചരിക്കുള്ള വക ഞാൻ കണ്ടെത്തും. അതിനെക്കുറിച്ച് മാഡം ബേജാറാകണ്ട.

ഈ ഓഫീസാണ് കുഴപ്പമെങ്കിൽ ട്രാൻസ്ഫറിന് അപ്ലൈ ചെയ്യരുതോ?

ഓ. അതോണ്ടൊന്നും കാര്യല്ല. എല്ലാ സർക്കാർ ഓഫീസുകൾക്കും ഒരേമുഖമാണ്. ഉറക്കച്ചടവുള്ള, പീളകെട്ടിയ കണ്ണുകളുള്ള, വായിൽ ചാറൊലിക്കുന്ന വൃത്തികെട്ട മുഖം.

പറയാനും ഉപദേശിക്കാനും മാത്രമെ നമുക്ക് കഴിയൂ. ചിന്തിച്ച് തീരുമാനിക്കേണ്ടത് അതത് ആളുകളാണ്.

അടിച്ചവടിയിൽ ചുറയുന്ന പാമ്പിനെപ്പോലെ സെക്രട്ടറി ഒരു ശല്യമായി പാറമേലിനു തോന്നി.

ഡോൺട് ബോതർ എബൗട്ട് മി. ദിസ് ഈസ് മൈ ഫൈനൽ ഡിസിഷൻ.

ഉപദേശങ്ങളിൽ നിന്ന് രക്ഷപ്പെടാൻ പവിത്രൻ തിടുക്കം കാട്ടി.

ഇടപെടുകയാണെന്ന് വിചാരിക്കേണ്ട. ഈ മനശാസ്ത്രോം മണ്ണാങ്കട്ടേം കൊണ്ട് ലൈഫ് മുന്നോട്ട് കൊണ്ടുപോകാൻ പറ്റുമെന്ന് തോന്നുന്നുണ്ടോ പവിത്രാ നിനക്ക്?

യെസ് മാഡം. മാഡത്തിന് സമൂഹത്തിന്റെ പുതിയ ചെയ്ഞ്ചസിനെക്കുറിച്ച് ഒരു ചുക്കുമറിയില്ല. കൗൺസലിങ്ങും സൈക്കോളജിക്കൽ ട്രീറ്റുമെന്റും കൂടാതെ ഒരുത്തനും മുന്നോട്ടുപോകാൻ പറ്റാത്ത അവസ്ഥ വന്നിരിക്കികയാണ്. ഇവിടുത്തെ മനോരോഗികളെ മാത്രം സംഘടിപ്പിച്ചാൽ അതായിരിക്കും മാഡം ഏറ്റവും വലിയ പൊളിറ്റിക്കൽ പാർട്ടി.

ഒ.കെ, ഒ.കെ, നിങ്ങളുടെ ലെറ്റർ ഞാൻ എക്സെപ്റ്റ് ചെയ്യാം. പേപ്പേഴ്സ് ഇന്നുതന്നെ ഡി.ഡി.പിക്ക് ഡെസ്പാച്ച്ചെയ്യാം.

താങ്ക്യൂ മാഡം.

നന്നാവൂലാ നന്നാവൂലാന്ന് അവനോൻ വിചാരിച്ചാൽ ആര് നന്നാവാൻ!

രാജിക്കത്തിന്റെ അടിയിൽ പച്ചമഷിയിൽ ഒപ്പുവെയ്ക്കുന്നതിനിടയിൽ സെക്രട്ടറി പിറുപിറുത്തു.

പവിത്രൻ എഴുന്നേറ്റു.

പൊടുന്നനെ സെക്രട്ടറിയുടെ മുഖത്ത് ഒരു അശട് നോട്ടംനോക്കി. കണ്ണുകളിലും, തുടുത്ത് മിനുസമുള്ള കവിളുകളിലും, ചുവന്ന് തിളങ്ങുന്ന ചുണ്ടുകളിലും പവിത്രന്റെ കണ്ണുകൾ മാറിമാറി ഉടക്കി. പിന്നെ കഴുത്തിലൂടെ ഇറങ്ങി മേശമറയ്ക്കുന്നതുവരെയുള്ള ശരീരഭാഗങ്ങൾ ഉഴിഞ്ഞു.

സെക്രട്ടറി ആ നോട്ടത്തിൽ ഉരുകിപ്പോയി. അവർ സാരി തോളിലേക്ക് വലിച്ചുകേറ്റിയും മുഖംതിരിച്ചും ദുഷിച്ചനോട്ടത്തിൽ നിന്ന് രക്ഷപ്പെടാൻ പാഴ്ശ്രമംനടത്തി.

മാഡം, ഒന്നുചോയ്ച്ചോട്ടെ, ലൂയിസ് ചേട്ടന് മാഡത്തേക്കാൾ എത്ര പ്രായം കൂടുതലുണ്ടാവും?

അപ്രതീക്ഷിതവും, അനവസരത്തിലുള്ളതുമായ ചോദ്യം കേട്ട് സെക്രട്ടറി ദഹിച്ചുപോയി. മറുപടി പറയാനാവാതെ തരിച്ചിരിക്കുന്നതിനിടയിൽ പവിത്രൻ തുടർന്നു.

സുമാർ പതിനഞ്ചുവയസ്സിന്റെ ഡിഫ്രൻസുണ്ട്. എന്താ ശരിയല്ലേ. മാഡത്തിന്റെ കണ്ണുകൾ കണ്ടാലറിയാം അതിന്റെ ഏനക്കേട്.

യു സ്റ്റുപിഡ്.

കൂൾ ഡൗൺ, ചൂടാവരുത് ഇപ്പോൾ മുതൽ ഞാൻ മാഡത്തിന്റെ കീഴ്ജീവനക്കാരനല്ല.

എന്നുവച്ച് വായിൽ തോന്ന്യതൊക്കെ വിളിച്ചുപറയാൻ നിനക്കാരാ ലൈസൻസ് തന്നെ.

ഒള്ള കാര്യം മോത്ത് നോക്കിപറയ്വ എന്റെ സൊഭാവായിപ്പോയി. അതിനി പടച്ചോൻ വിചാരിച്ചാലും മാറ്റാൻ പറ്റില്ല. മാഡത്തിന്റെ മോളെ ഇത്രയും എയ്ജ് ഡിഫ്രൻസുള്ള പയ്യനെക്കൊണ്ടൊന്നും കെട്ടിച്ചേക്കരുത്. ഒരാൾക്ക് ഒരു ലൈഫേ ഉള്ളൂ. അത് വെയ്സ്റ്റാക്കരുത്. പറ്റുമെങ്കിൽ വയസ്സ് രണ്ടോ മൂന്നോ കുറഞ്ഞ ചെറുക്കനെ കിട്ടുമെങ്കിൽ അതാവും കൂടുതൽ പ്രാക്ടിക്കൽ.

ഗെറ്റ് ഔട്ട് ഫ്രം ഹിയർ മാൻ.

പോകാം. പോകാം ഗൾഫുകാരനാണെങ്കിൽ കൂടെ കൊണ്ടുപോകാൻ പറ്റുന്നവര്ടെ കൂടെ മാത്രമെ വിടാവൂ. കേട്ടോ

അത് ഞാനാലോയ്ച്ചോളാം. പവിത്രൻ തൽക്കാലം പോ.

സെക്രട്ടറി കോപം കൊണ്ട് ജ്വലിച്ചു.

...ദാമ്പത്യജീവിതത്തിലെ അസംതൃപ്തി മൂലമാണ് സ്ഥാനത്തും അസ്ഥാനത്തും മാഡം ഇങ്ങനെ ചൂടാവുന്നത്. ഒരു മേലുദ്യോഗസ്ഥ കീഴ് ജീവനക്കാരോട് എത്ര ക്രൂരമായി പെരുമാറാമോ അതിനെക്കാൾ ക്രൂരമായി മാഡം എന്നെ പീഡിപ്പിച്ചിട്ടുണ്ട്. രാത്രി ബെഡ്റൂമിൽ മാഡം അനുഭവിക്കുന്ന മെൻഡൽ ഡിപ്രഷനുണ്ടല്ലോ, അതാണ് പിറ്റേന്ന് വെളിച്ചപ്പാടിനെ പോലെ ഉറഞ്ഞുതുള്ളലായി മാറുന്നത്. സഹിക്കുകയായിരുന്നു. പോയി ക്ലിനിക്ക് തുടങ്ങെടാ, ചികിത്സിക്കെടാ, എന്നൊക്കെ ഇൻസൾട്ട് ചെയ്യാൻ പറഞ്ഞതാണെങ്കിലും അതെനിക്ക് ഒരു പാഠമായിരുന്നു. വെല്ലുവിളി സ്വീകരിക്കാൻ തന്നെയാണ് പുറപ്പാട്. പക്ഷേ പോകുന്നതിനു മുമ്പേ മാഡത്തോട് ഇത്രം പറഞ്ഞില്ലെങ്കിൽ സമാധാനം കിട്ടില്ല. ഇന്ന് എനിക്ക് ഒരുത്തനേം പേടിക്കേണ്ട. ഓഫീസിലായാലും വീട്ടിലായാലും എന്റെ മനസ്സ് സഞ്ചരിക്കുമ്പോലെ പ്രവർത്തിക്കാൻ എനിക്കു കഴിയണം. അതാണ് സ്വാതന്ത്ര്യം. ആജ്ഞയും ഭീഷണിയും മാഡത്തിന്റെ ലൂയിസ് ചേട്ടനു മുന്നിലാണ് ചെലവാകുന്നതെങ്കിൽ ലേശം കാര്യമുണ്ടാവുമായിരുന്നു. കിടപ്പറയിലെ സുഖം മാഡത്തിന്

കിട്ടാക്കനിയാണ്. ഭർത്താവ് മരക്കഷ്ണമായാൽ എല്ലാ ഭാര്യമാരും മറ്റുള്ളവരോട് പൊരുമാറുന്നത് മാഡത്തെപോലെയായിരിക്കും.

ഗെറ്റ് ഔട്ട്, ഐ സേ, ബാസ്റ്റർഡ്. നിന്റെ പ്രസംഗം കേൾക്കലല്ല എന്റെ ജോലി.

സെക്രട്ടറി എന്തു ചെയ്യണമെന്നറിയാതെ കുഴങ്ങി. ഇടയ്ക്ക് ഫോണിൽ കൈവെക്കുകയും, ബെല്ലിൽ വിരലമർത്താൻ നോക്കുകയും എഴുന്നേൽക്കുകയും, ഇരിക്കുകയും ഏതോ ഫയൽ തുറയ്ക്കുകയും, അടയ്ക്കുകയും പിന്നെയും തുറയ്ക്കുകയും ചെയ്തുകൊണ്ടിരുന്നു.

വിയർത്തുകുളിച്ച സെക്രട്ടറി ഹാന്റ് ബാഗിന്റെ സിബ്ബ് വലിച്ചു തുറയ്ക്കുകയും ബോട്ടിലിൽ നിന്ന് കരിങ്ങാലിവെള്ളം ആർത്തിയോടെ അകത്താക്കുകയും ചെയ്തു. വെള്ളം ചുണ്ടിന്റെ ഇരുവശങ്ങളിലൂടെയും കവിഞ്ഞൊഴുകി. തൊണ്ടയിലൂടെ ഇറങ്ങി ബ്ലൗസ് കുളിപ്പിച്ചു.

മാഡം സ്വന്തം വീട്ടീന്ന് കൊണ്ടരുന്ന വെള്ളം മാത്രേ കുടിക്കു. അതോണ്ടാ ദാഹം മാറാത്തെ. മറ്റു വെള്ളത്തിന്റെ ടെയ്സ്റ്റും ഇടക്കൊക്കെ അറിയണം.

ഫ തെണ്ടി.

സെക്രട്ടറി പൊടുന്നനെ, മേശമേൽ കണ്ട പേപ്പർവെയ്റ്റ് കൈയിലെടുത്ത് പവിത്രനു നേരെ ശക്തമായ ഏറ് വെച്ചുകൊടുത്തു.

രണ്ട്

മാനസിക സമ്മർദം അനുഭവിക്കുന്നവരെ തെരഞ്ഞുപിടിച്ച് അവർക്കാവശ്യമുള്ള കൗൺസലിംഗ് നൽകാനുള്ളസ്ഥിരം സംവിധാനം ഉണ്ടാകണമെന്നത് പ്രസിഡണ്ട് കരുണാകരൻമാഷുടെ, യഥാർത്ഥ്യമാവാതെപോയ സ്വപ്നം.

ജനകീയാസൂത്രണം ആരംഭിച്ച ഘട്ടത്തിൽ നിറഞ്ഞുകവിഞ്ഞ ഗ്രാമസഭകൾ വർണസ്വപ്നങ്ങളുടെ നെയ്ത്തുശാലകളായിരുന്നു. വികസനങ്ങളെക്കുറിച്ച് ജനങ്ങൾ കുറ്റൻ മനക്കോട്ടകൾ കെട്ടി. സിനിമയിലും മറ്റും കാണുന്ന അമേരിക്കൻ മനുഷ്യരേക്കാൾ ഒരുപടി ഉയർന്ന ഉടുപ്പും നടപ്പും മനസ്സിൽ സങ്കല്പിച്ചു. ഇനിയങ്ങോട്ട് മാറ്റങ്ങളുടെ ഉൽസവകാലം.

തൊഴിൽരഹിതരില്ലാത്ത ഗ്രാമം; വിശപ്പും ദാരിദ്ര്യവുമില്ലാത്ത ഗ്രാമം; കള്ളവുംചതിയുമില്ലാത്ത ഗ്രാമം; വ്യഭിചാരികളില്ലാത്ത ഗ്രാമം; അതിർത്തി തർക്കവും അടിപിടിയുമില്ലാത്ത ഗ്രാമം, ഏത് ഇടവഴിയിലൂടെയും നിർഭയമായി സഞ്ചരിക്കാൻ സ്വാതന്ത്ര്യമുള്ള ഗ്രാമം ആത്മഹത്യകളില്ലാത്ത ഗ്രാമം; മദ്യപാനികളും മനോരോഗികളുമില്ലാത്ത ഗ്രാമം...

സ്വപ്നങ്ങൾ യാഥാർത്ഥ്യമാക്കുന്ന ചർച്ചകൾ ഒറ്റതിരിഞ്ഞും ഗ്രൂപ്പുതിരിഞ്ഞും സംഘടിപ്പിക്കുകയായിരുന്നു.

ചർച്ചകളുടെ ക്രോഡീകരണം എന്ന നിലയിൽ വികസന സെമിനാറിൽ ആദ്ധ്യക്ഷം വഹിച്ചുകൊണ്ട് കരുണാകരൻ മാഷ് നടത്തിയ ആവേശകരമായ പ്രസംഗത്തിന്റെ കുറേഭാഗം

അപഹരിച്ചത് തന്റെ സ്വപ്ന പദ്ധതിയായിരുന്നു.

...പഞ്ചായത്തിനെ സംബന്ധിച്ചിടത്തോളം ഏറ്റവും വലിയ വിപ്ലവത്തിന്റെ സ്ഫോടനത്തിനാണ് ഇവിടെ തിരികൊളുത്താൻ പോകുന്നത്. ചരിത്രത്തിന്റെ താളുകളിൽ സുവർണലിപികളിൽ എഴുതിച്ചേർക്കേണ്ടുന്ന അനശ്വര മുഹൂർത്തമാണിത്.

റോഡുകളും തോടുകളും നമുക്ക് യഥേഷ്ടം ഉണ്ടാവണം ഒരു ഗ്രാമത്തിന്റെ രക്തമൊഴുകുന്ന സിരകളാണിവ. അതിർത്തികൾ ഉപേക്ഷിച്ച്, നമ്മൾ ഒന്നാണെന്ന കാഴ്ചപ്പാട് ഉണർത്തുവാൻ പാലങ്ങൾ അനിവാര്യമാണ്. മരത്തടികൾ മാറ്റി കോൺക്രീറ്റ് സ്ലാബുകൾ ഇട്ടുകൊടുത്ത് അവയെല്ലാം സഞ്ചാരയോഗ്യമാക്കണം. ഒരോ കുടുംബത്തിനും സുരക്ഷിതമായി താമസിക്കുവാൻ വീടുവേണം. പഴയവ പൊളിച്ച് പുതിയവ നിർമ്മിക്കണം. വീടുകളിൽ കക്കൂസ് നിർബന്ധമായും വേണം കുടിക്കാനും, കുളിക്കാനും വെള്ളം പൈപ്പുവഴി നിർബാധം ഒഴുക്കണം. ഇതൊക്കെ ഒരു പഞ്ചായത്തിലെ ജനതയുടെ പ്രഥമ പരിഗണന അർഹിക്കുന്ന വിഷയങ്ങളാണ് എന്നതിൽ തർക്കമില്ല.

എന്നാൽ ഒരു പ്രദേശത്തിന്റെ ഐശ്വര്യം എന്നത് അവിടുത്തെ ജനതയുടെ മനസ്സാണ്. മനസ്സ് നന്നായാൽ മുഖം നന്നാവും. ഒരോ വ്യക്തിയുടെയും മുഖം നന്നായാൽ ആപ്രദേശത്തിന്റെ മൊത്തം മുഖസൗന്ദര്യമാണ് വെളിപ്പെടുക. ആരോഗ്യമുള്ള മനസ്സുള്ളവർക്കേ ആരോഗ്യമുള്ള ശരീരമുണ്ടാവൂ. മാനസിക സംഘർഷം ഒട്ടുമില്ലാത്ത ജനതയാണ് നമുക്കാവശ്യം. മനസംഘർഷം കൊണ്ട് ഒരു വ്യക്തിമാത്രമല്ല തകരുന്നത്, കുടുംബത്തിന്റെ ഭദ്രതയാണ്, പഞ്ചായത്തിന്റെ സൗന്ദര്യമാണ്, രാജ്യത്തിന്റെ ഐക്യവും അഖണ്ഡതയുമാണ്.

മാനസിക പ്രശ്നങ്ങൾകൊണ്ട് ജീവിതം മുന്നോട്ടുനയിക്കാനാവാതെ ശ്വാസംമുട്ടുന്ന നിരവധി മനുഷ്യക്കോലങ്ങളുണ്ട് നമ്മുടെ നാട്ടിൽ.പൗരൻമാർ എന്ന നിലയിൽ അവർക്ക് അവരുടെ സ്വാതന്ത്ര്യം അനുഭവിക്കാൻ കഴിയുന്നില്ല.അതുകൊണ്ടുതന്നെ സമൂഹത്തിന്റെ വികസന പ്രക്രിയകളിൽ പങ്കാളികളാവാൻ അവർ വിമുഖത കാണിക്കുന്നു.

ഭയം, ക്രോധം, സംഘർഷം, സംശയം, നിരാശ, ആശങ്ക, അന്തർമുഖത്വം, അലസത, അപകർഷത, അസംതൃപ്തി, അന്യതാബോധം,

ഓർമ്മക്കുറവ്, മരണഭയം, തുടങ്ങി വിവിധതരം മാനസിക രോഗങ്ങൾ മിക്കവരിലും ഏറിയും കുറഞ്ഞും ഉണ്ട്. നമുക്കവരെ സംഘടിപ്പിക്കണം. മനപ്രയാസങ്ങൾ ദൂരീകരിച്ച് സ്വസ്ഥമായി ഈ സമൂഹത്തിൽ ജീവിക്കാനുള്ള സാഹചര്യമൊരുക്കണം. പരിശീലനം ലഭിച്ചിട്ടുള്ള ഒരു ശാസ്ത്രജ്ഞന് ഇത് നിഷ്പ്രയാസം സാധിക്കും.

ഭക്ഷണം ദഹിക്കുന്നത് സ്വാഭാവികമായ പ്രക്രിയയാണ്.എന്നാൽ ഭക്ഷണശേഷം ഉള്ളിൽ നടക്കുന്ന പ്രക്രിയയെക്കുറിച്ച് നാം ബോധവാന്മാരല്ല. ബയോളജി പഠിച്ചിട്ടുള്ളവർക്ക് ഭക്ഷണത്തിനു സംഭവിക്കുന്ന പരിണാമങ്ങൾ അറിയാൻ കഴിയും.അതുപോലെയാണ് മനസ്സും. നമ്മുടെ അബോധമനസ്സിലെ പ്രവർത്തനത്തെക്കുറിച്ച് യാതൊന്നും നമ്മളറിയുന്നില്ല. എന്നാൽ മനശ്ശാസ്ത്രം പഠിച്ച ഒരാൾക്ക് മനസ്സിനുള്ളിൽ നടക്കുന്ന പ്രവർത്തനങ്ങൾ വ്യക്തമായി കണ്ടെത്താനാവും.

ദാരിദ്ര്യം, ആത്മഹത്യ, കുടുംബചരിദ്രം, കുറ്റവാസന എന്നിവ സമൂഹത്തിൽ വർദ്ധിച്ചുവരുന്നതിന്റെ കാരണം ശരിയായ മനോരോഗ ചികിത്സകരുടെ അഭാവമാണ്.

വലിയ വലിയ ഹോസ്പിറ്റലുകളിൽ ഇതിനുള്ള സൗകര്യം ലഭ്യമാണെങ്കിലും ആളുകൾ അവിടെ പോകാനോ മനശാസ്ത്രജ്ഞനെക്കാണാനോ, ഉപദേശം തേടാനൊ കൂട്ടാക്കുന്നില്ല.അവർ സമൂഹത്തെ ഭയക്കുന്നു. തങ്ങളെ ഭ്രാന്തൻമാരായി കാണുമോ എന്നാണവരുടെ ആശങ്ക.ഇത് മാറാരോഗമാണെന്നാണ് അവരുടെ വിശ്വാസം.

ആയതിനാൽ ചികിത്സകർ നമ്മുടെ ഇടയിൽ നിന്നുതന്നെ ഉയർന്നുവരണം. മനസ്സിലുള്ളത് തുറന്നുപറഞ്ഞാൽ അവർക്ക് ആത്മധൈര്യം പകരുമെന്ന് ഉറപ്പുള്ളവരായിക്കണം ചികിത്സകർ. കൂടാതെ രോഗമുള്ളവരും ഇല്ലാത്തവരും ചേർന്ന് ഒരു കൂട്ടായ്മ രൂപീകരിക്കണം. മനസ്സിന്റെ ഭാരം ഇറക്കിവെയ്ക്കാനുള്ള അത്താണിയായി ഈ കൂട്ടായ്മ മാറണം.

ക്ഷേത്രങ്ങളിൽ തെയ്യംകാണാൻ പോകുന്നവരാണ് നമ്മളിൽ പലരും. മനസ്സുരുകി പ്രാർത്ഥിക്കുന്നതും, തെയ്യത്തിന്റെ ഉരിയാടൽ കേൾക്കുന്നതും, കുറിവാങ്ങുന്നതും ചിലർക്ക് സുഖം നൽകും. കൗൺസലിംഗിന്റെ ഒരു വകഭേദമാണ്. അതിനെ പരിഷ്കരിച്ചെടുക്കുക മാത്രമാണ് ചികിത്സകർ ചെയ്യുന്നത്.

രോഗംവന്ന് ചികിത്സിക്കുന്നതിനേക്കാൾ, രോഗം വരാതെ നോക്കുന്നതാണ് നല്ലത് എന്നുണ്ടല്ലോ. അങ്ങനെ സംസ്ഥാനത്തെ ആദ്യത്തെ മാനസികാരോഗ്യമുള്ള പഞ്ചായത്ത് എന്ന ബഹുമതി നമുക്ക് നേടിയെടുക്കണം. ഏവരുടേയുംനിർലോപമായ സഹകരണം ഇതിനായി അഭ്യർത്ഥിക്കുകയാണ്. അതുകൊണ്ട് നിങ്ങളുടെ, അല്ലെങ്കിൽ ബന്ധുക്കളുടെ, അതുമല്ലെങ്കിൽ സുഹൃത്തുക്കളുടെ പെരു മാറ്റത്തിൽ, സ്വഭാവത്തിൽ, വർത്തമാനത്തിൽ വല്ലമാറ്റങ്ങളുമുണ്ടോ എന്ന് ഇന്നുതന്നെ നിരീക്ഷിക്കാൻ തുടങ്ങണം. കണ്ണിൽ പെടുക യാണെങ്കിൽ ആ വിവരം പഞ്ചായത്ത് അധികൃതരുടെ ശ്രദ്ധയിൽ കൊണ്ടുവരിക. സന്നദ്ധ പ്രവർത്തകരുടെ നേതൃത്വത്തിലുള്ള സർവ്വേ യിൽ സത്യസന്ധമായ വിവരങ്ങൾ നൽകി അവരോട് സഹകരി ക്കുക. മാനസികസൗന്ദര്യമുള്ള ഒരു പഞ്ചായത്താക്കി മാറ്റുന്നതിൽ ഏവരുംസഹകരിക്കുകെ. നന്ദി. നന്ദി. നന്ദി.

മൂന്ന്

നിറഞ്ഞ കൈയടിയോടെയാണ് ജനം കരുണാകരൻ മാഷ്ടെ പ്രസംഗത്തെ സ്വീകരിച്ചത്.

ആദ്യത്തെ സ്റ്റപ് പ്രൊജക്ട് എഴുതിയുണ്ടാക്കലാണ്.പിന്നെ റിസോഴ്സ് ട്രെയ്നിംഗ്, സർവ്വേ, അതിനുശേഷം ആശുപത്രിയെന്നോ ക്ലിനിക്കെന്നോ പേരിടാത്ത സ്വപ്നസൗധത്തിന്റെ നിർമ്മാണം, ചികിത്സ...

പ്രൊജക്ട് എഴുതി തെയ്യാറാക്കാൻ നിയോഗിച്ചത് അക്കാലത്ത് പുതുതായി പി.എസ്.സി. വഴി നിയമനം ലഭിച്ച ക്ലർക്ക് പവിത്രൻ പാറമേലിനെ. കരുണാകരൻ മാഷ്ടെ മാനസ പുത്രനാണ് പവിത്രൻ. അറിവുള്ളവൻ, ആത്മാർത്ഥതയുള്ളവൻ, വിനയവും വിവേകവുമുള്ളവൻ, തന്റേടവും ചുറുചുറുക്കുമുള്ളവൻ, കാണാൻ സുന്ദരൻ, വൃത്തിയായി ഡ്രസ്സുചെയ്യുന്നവൻ, എല്ലാവരോടും ചിരിച്ചുകൊണ്ട് വർത്തമാനംപറയുന്നവൻ...

തഴക്കോം പഴക്കോം ഉള്ള ഒരുപാടാളുകൾ ഉണ്ടായിട്ടും ഇന്നലെ വന്ന ചെക്കൻമാര്ടെ കൈയ്യില് ജനകീയാസൂത്രണം പോലുള്ള വല്യ കാര്യങ്ങളുടെ താക്കോല് കൊടുക്കാൻ തുടങ്ങ്യാ അയ്ന്റെ ബുദ്ധിമുട്ട് അറിയാൻ പോന്നേയുള്ളൂ.

മറ്റ് സ്റ്റാഫ് താക്കീത് നൽകി.

ക്ലർക്ക് എന്നത് പേരുമാത്രാ. ശരിക്കുംപണിയെന്താ? ബിൽകലക്ടർ. ബാഗുമെടുത്ത് വീടുവിടാന്തരം കേറിയിറങ്ങി നികുതി പിരിക്കുന്ന

പണി. അയ്‌ലപ്രം കാര്യപ്രാപ്തി ഇവൻമാർക്കില്ല. ഉത്തരവാദിത്തമു ള്ള പണിയൊക്കെ ഇവൻമാരെ ഏൽപ്പിച്ചാൽ...

അവർ ആശങ്കപ്പെട്ടു.

മാത്രമല്ല സ്റ്റാഫിന്റെ ഡ്യൂട്ടി നിശ്ചയിക്കേണ്ടത് പ്രസിഡണ്ടോ ഭരണ സമിതിയോ അല്ല. നമുക്കൊരു എക്സിക്യൂട്ടീവ് ഓഫീസറു ണ്ട്. അവരെന്തിനാ കയില് കുത്താനാ...?

സ്റ്റാഫിന്റെ ധർമ്മരോഷം.

പഞ്ചായത്ത് സെക്രട്ടറി എന്ന സ്ഥാനപ്പേര് അന്ന് നിലവിൽ വന്നിരുന്നെങ്കിലും ആ പേരിനോട് ആദ്യമൊന്നും പൊരുത്തപ്പെ ടാൻ ജീവനക്കാർ കൂട്ടാക്കിയിരുന്നില്ല. എക്സിക്യൂട്ടീവ് ഓഫീസർ എന്നപേരിലുള്ള ഗമയും തലയെടുപ്പും വെറുമൊരു സെക്രട്ടറി എന്ന അമിഞ്ഞപദത്തിനില്ലെന്ന് അവർ വിശ്വസിച്ചു, കുറെക്കാലം.

അന്നത്തെ സെക്രട്ടറി സോമശേഖരൻസാർ പക്ഷേ, മാറി മാറി വരുന്ന പ്രസിഡണ്ടുമാരുടെ, ആജ്ഞാനുവർത്തിയായിരുന്നു. വീട്ടുന മ്പർ കൊടുക്കാൻ വരെ കൈക്കൂലി ചോദിച്ചുവാങ്ങിയത് പിടിക്കപ്പെ ട്ടിട്ടും ആളറിയാതെ പോയതും അനന്തരനടപടികൾ ഉണ്ടാവാതെ പോയതും ഈ ശിങ്കിടിപ്പണികൊണ്ടായിരുന്നു.

പ്രൊജക്ട് തയ്യാറാക്കാൻ ഏല്പിച്ചതു മാത്രമല്ല, മാസങ്ങളോളം ഡ്യൂട്ടിലീവ് അനുവദിച്ചുകൊണ്ട് മനശാസ്ത്രം പഠിക്കാൻ പവിത്രൻ പാറമേലിനെ പറഞ്ഞയച്ചതും അന്നത്തെ സ്റ്റാഫിന് ദഹിക്കുന്ന കാര്യങ്ങളായിരുന്നില്ല.

പ്രസിഡണ്ട് കരുണാകരൻ മാഷിന് അതിനു ന്യായീകരണങ്ങ ളുണ്ട്. സ്വാധീനത്തിന്റെയോ ശുപാർശയുടെയോ അടിസ്ഥാനത്തിൽ ജോലി ലഭിച്ചവരാണ് സ്റ്റാഫിൽ മിക്കവരും. അക്കാലത്ത് അതാ യിരുന്നു രീതി. ആശ്രിതനിയമനം ലഭിച്ചവരും ഉണ്ട്. പി.എസ്.സി നിയമിച്ച ചെറുപ്പക്കാരനാണ് പവിത്രൻ. ക്ലാസ്മുറിയിലെ ഏറ്റവും അച്ചടക്കമുള്ളകുട്ടിയെ പോലെയായിരുന്നു. കരുണാകരൻ മാഷിന് അയാൾ. പഠിച്ച് പാസായി ജോലികിട്ടിയതിന്റെ കാര്യപ്രാപ്തി മുഖം കണ്ടാലറിയാം. ബാക്കിയുള്ളവരുടെതുപോലെ, അസംതൃപ്തിയും നിരാശയും, കുതികാൽവെട്ടും, നീരസവും, അലസതയും പ്രതിഫ ലിക്കുന്ന മുഖമായിരുന്നില്ല പവിത്രൻ പാറമേലിന്റേത്. പവിത്രന്റെ

പ്രസരിപ്പും പ്രസാദാത്മകതയും പഞ്ചായത്തിൽ പുതിയ അനുഭവമായിരുന്നു.

കരുണാകരൻ മാഷ് കനിഞ്ഞുനൽകിയ ഉത്തരവാദിത്വം തനിക്കുലഭിച്ച ബഹുമതിയാണെന്നു കരുതി അഭിമാനത്തോടെ പവിത്രൻ പാറേമേൽ ഏറ്റെടുത്തു.

നാല്

മാസങ്ങൾ കഴിഞ്ഞശേഷം നീണ്ടുമെലിഞ്ഞ ഒരാൾ പ്രസിഡണ്ട് കരുണാകരൻ മാഷുടെ ക്യാബിന്റെ അരവാതിൽ തള്ളിത്തുറന്ന് അകത്തുവന്നു. പേപ്പറുകളിൽ തുരുതുരെ ഒപ്പിട്ടുകൊടുക്കുകയായിരുന്ന പ്രസിഡണ്ടിന്റെ ശ്രദ്ധക്ഷണിക്കാൻ ഒന്നു ചുമച്ചു.

പ്രസിഡണ്ട് തലയുർത്തി.

പാറിപ്പറക്കുന്ന തലമുടി, ആഴ്ചകളായി ഷെയ്വ് ചെയ്യാത്ത മുഖം, അലസമായ വേഷവിധാനം ആകപ്പാടെ അച്ചടക്കമില്ലായ്മ.

പ്രസിഡണ്ടിന് ആളെ മനസ്സിലായില്ല.

നുണക്കുഴി കാണിച്ചുള്ള ചിരി കണ്ടപ്പോഴാണ് പിടികിട്ടിയത്. ഇത് പവിത്രൻ, എൽഡി ക്ലർക്ക് പവിത്രൻ പാറമേൽ.

അല്ലപ്പാ ഇതാര്?

പ്രസിഡണ്ട് അൽഭുതം കൂറി.

അവിടുത്തെ ക്ലൈമറ്റും ഭക്ഷണോം പിടിക്ക്ന്ന്ണ്ടാവില്ല. അതാ ഇങ്ങനെ. ആകപ്പാടെ കോലം കെട്ടുപോയി

മകനോടെന്നപോലെ മാഷ് പവിത്രനെ സ്നേഹവചനങ്ങൾ കൊണ്ട് വീർപ്പുമുട്ടിച്ചു.

ഇപ്പോൾ മുന്നിലുള്ളത് വെറും പവിത്രനല്ല; ഡോക്ടർ പവിത്രൻ!

മാഷ് പവിത്രനെ ആദരിച്ചിരുത്തി.

പറ, എന്തൊക്കെയാണ് കാര്യങ്ങൾ? എങ്ങിനെയൊക്കെയാണ് നമുക്ക് പ്രൊജക്ട് നടപ്പാക്കാൻ പറ്റ്വ? എപ്പഴ് സ്റ്റാർട്ട് ചെയ്യാമ്പറ്റും.?

പവിത്രൻ ഒന്നും മിണ്ടിയില്ല.

കർമ്മസമിതി മീറ്റിംഗ് അടുത്താഴ്ച വിളിച്ചചേർക്കാം.തയ്യാറാക്കിയ പ്രൊജക്ട് അവര്ടെ മുന്നിൽ ഡിസ്കസ് ചെയ്ത് സാങ്ഷൻ വാങ്ങണം. അതൊരു പേരിനുള്ള ചടങ്ങാ.അവര് തിരുത്താനൊന്നും വര്ല.

പവിത്രൻ അലസമായി തലയാട്ടി.

പ്രൊജക്ട് പ്രിപ്പേർ ചെയ്യുമ്പം ബഡ്ജറ്റും അലോട്ട്മെന്റും പ്രത്യേകം ശ്രദ്ധിക്കണം.എല്ലാ വിഭാഗത്തിലുള്ളവർക്കും ആനുകൂല്യം കിട്ടുന്നുണ്ടെന്ന് ഉറപ്പുവരുത്തണം. സപ്പോസ് നൂറുപേരെ ആദ്യഘട്ട അനാലിസിസിനു വിധേയരാക്കുന്നു, എന്നിരിക്കട്ടെ; അതില് സ്ത്രീകളെത്ര, പുരുഷൻമാരെത്ര, കുട്ടികളെത്ര, മുതിർന്നവരെത്ര; ബി.പി. എൽ എത്ര ജനറലെത്ര; പട്ടികജാതിയെത്ര, പട്ടികവർഗമെത്ര. ഇവയെല്ലാം സെപ്പറേറ്റായി കാണിക്കണം.ഇല്ലെങ്കിൽ ഡി.പി.സിക്കാർ എക്സപ്റ്റ് ചെയ്യില്ല. ചെയ്താത്തന്നെ പിന്നീട് ഓഡിറ്റ് ഒബ്ജക്ഷൻ ഉണ്ടായേക്കാം. ന്ങ്ങക്കെന്ന്യാ അപ്പഴും ബുദ്ധിമുട്ട്. പിന്നെ എല്ലാ വാഡ്ന്നും തുല്യ പ്രാതിനിധ്യം വേണം. പ്രതിപക്ഷങ്ങളുടെ വാർഡ്ന്ന് വേണമെങ്കിൽ ഒന്നോ രണ്ടോ കൂടുതലെടുത്തോ അതൊരു നമ്പരാ.ബോർഡ് മീറ്റിംഗില് അവൻമാര്ടെ വായടപ്പിക്കാനുള്ള നമ്പര്.

മാഷ് പറയുന്നതൊന്നും പവിത്രൻ ശ്രദ്ധിക്കുന്നുണ്ടായിരുന്നില്ല. മാഷുടെ ഡൈചെയ്ത തലമുടിയിലേക്ക് കണ്ണുകൂർപ്പിച്ചിരിക്കുകയായിരുന്നു, അയാൾ.

മാഷ്ടെ ഭാര്യ റിട്ടയർ ചെയ്തോ?

അപ്രതീക്ഷിതമായ ചോദ്യം കേട്ട് പ്രസിഡണ്ട് ഞെട്ടി.ആനക്കാര്യത്തിനിയിലാണ് ചേനക്കാര്യം.

ഇല്ല എന്തേ?

മാഷ് ആകാംക്ഷയോടെ പറഞ്ഞു.

വെറുതെ ചോയ്ച്ചെന്നേയുള്ളൂ. അതിരിക്കട്ടെ, സ്കൂൾ മാഷ്ടെ

പണീന്ന് പെൻഷൻ പറ്റിയശേഷം, ശരിക്കുമുള്ള പാർട്ടിക്കൂറുകൊണ്ടാണോ, അതോ പ്രസിഡണ്ട് എന്ന കസാരയിൽ കണ്ണുവെച്ചിട്ടാണോ രാഷ്ട്രീയത്തിൽ പ്രവേശിച്ചത്?

കരുണാകരൻ മാഷ് ചുറ്റം നോക്കി. ഇന്നേവരെ ആരും തന്നോട് ചോദിക്കാത്ത ചോദ്യം. ഭാര്യ പോലും ഇങ്ങനെ തുറന്നടിക്കാൻ ധൈര്യപ്പെട്ടിട്ടില്ല.

പണ്ടുപണ്ടേ പാർട്ടിപണി നടത്തി തഴമ്പിച്ച ഒട്ടേറെ പേരുണ്ടായിട്ടും ഇന്നലെ വന്ന തനിക്ക് പഞ്ചായത്ത് പ്രസിഡണ്ട് സ്ഥാനം തന്നത് കൊണ്ട് പാർട്ടിയിൽ അവിടെയും ഇവിടെയും ചില മുറുമുറുപ്പുകൾ ഉയർന്നുവന്നിരുന്നു എന്നത് നേരാണ്. അപ്പോഴും ആരും ന്ട്ട പ്രാണൻ ഇമ്മാതിരി കുരുട്ടു ചോദ്യം ചോദിച്ചിട്ടില്ല. ഇപ്പോൾ താനൊരു പഞ്ചായത്ത് പ്രസിഡണ്ടാണ്. ആ കസാരയോടെങ്കിലും ഒരു ജീവനക്കാരാന് ബഹുമാനം വേണ്ടേ. ഇവനാര്? തേളിയാൻ പത്തിയെടുക്കാൻ തുടങ്ങിയാലോ.

അതും തന്റെ പെറ്റ് എന്ന് പലരും പറഞ്ഞ് പരിഹസിക്കുന്ന ഇതേ ഇവനിൽ നിന്ന് !

മറുപടി ഞാമ്പറയാം.

പവിത്രൻ പറഞ്ഞു.

ഇതു രണ്ടുമല്ലകാരണം. ലൈംഗിക ചോദനകൾ അമർത്തിവെക്കപ്പെട്ടുമ്പോഴുള്ള മാനസികസമ്മർദ്ദങ്ങളിൽ നിന്ന് രക്ഷപ്പെടാനാണ് മാഷ് റിട്ടയർമെന്റിനുശേഷം ഏതെങ്കിലും എൻഗേജ്മെന്റിൽ ഏർപ്പെടണം എന്ന് തീരുമാനിക്കാനിടയായത്.

കരുണാകരൻ മാഷ് തിരിച്ചിരിപ്പാണ്.

ബെഡ് റൂമിൽപോലും മാഷ് ഒരു മാഷാണെന്നു ധരിക്കുന്നു. മാഷുടെ ടീച്ചറാവട്ടെ 'ദേ ഞാനൊരു ടീച്ചറാണേ' എന്ന് രാത്രി ലൈറ്റണച്ച് കിടക്കുമ്പോൾ പോലും പലവട്ടം പറഞ്ഞിട്ടുണ്ടാവും. അല്ലെങ്കിൽ ആ ഫീലിംഗ് മുഖത്ത് കാണിച്ചിറ്റുണ്ടാവും. ഓർത്തോനോക്കിയേ...

ഇവനെ എന്താണു ചെയ്യേണ്ടത്? പാർട്ടിയാഫീസിൽ നിന്ന് ആൾക്കാരെ ഫോൺ ചെയ്ത് വരുത്തണോ എന്നുവരെ പ്രസിഡണ്ട് ഒരു നിമിഷം ചിന്തിച്ചുപോയി.

പെൻഷൻ പറ്റിയ ശേഷം പൊളിറ്റിക്സിലേക്ക് മാഷ് തിരിഞ്ഞ് മാഷ്ടെ ഉപബോധമനസ്സിലെടുത്ത തീരുമാനംകൊണ്ടാണ് തെറ്റിദ്ധരിക്കില്ലെങ്കിൽ മാഷോട് ഒരു കാര്യം പറയാം.

പവിത്രൻ പ്രസിഡണ്ടിന്റെ നേർക്ക് തലമുന്നോട്ടാഞ്ഞ് പതുക്കെ പറഞ്ഞു.

മാനസിക രോഗം ഇച്ചിരി മാഷക്കുമുണ്ട്.

ഛീ കഴുതെ.

മാഷ് ജീവിതത്തിലാദ്യമായാണ് ഒരു മനുഷ്യനെ കഴുതെ എന്നു വിളിക്കുന്നത്. നാക്കിൽ കൊള്ളാത്ത ഒരു വാക്കു പോലും ഇന്നേവരെ ആരോടും ഉരിയാടിയിട്ടില്ല. അളമുട്ടിയാൽ എന്തുചെയ്യും? അതിലപ്പുറത്തെ വാക്കുകൾ നാക്കിൻ തുമ്പത്ത് ചാടിവന്നതാണ്. പഞ്ചായത്ത് പ്രസിഡണ്ടാണെങ്കിലും താനൊരു മാഷാണെന്നോർത്ത് അതു വിഴുങ്ങി.

ദേഷ്യപ്പെടരുത്. മാഷ് പ്രോഗ്രസീവായി ചിന്തിക്കുന്ന ആളാണെന്നറിയാവുന്നതുകൊണ്ടാണ് താനിതു തുറന്നുപറഞ്ഞെ. ഒരു സൈക്കോ അനലിസ്റ്റ് എന്ന് നിലയിലുള്ള എന്റെവാദഗതികളോട് പെൻഷൻപറ്റിപിരിഞ്ഞ ഒരു സാധാരണ സ്കൂൾമാഷും പഞ്ചായത്ത് പ്രസിഡണ്ടുമായ മാഷ് യോജിക്കണമെന്നില്ല. മാന്യൻമാരുടെ പെരുമാറ്റങ്ങൾ, സംസാരരീതികൾ, ആചാരമുറകൾ, വേഷവിധാനം അച്ചടക്കം എന്നിവയെല്ലാം ചികിത്സകൻ യാതൊരു മര്യാദ്യയും കൂടാതെ സംശയിച്ചുകളയും.

കരുണാകരൻ മാഷ് അസ്വസ്ഥതയോടെ എഴുന്നേറ്റു. ഇയാളോട് മറിച്ചെന്താണ് പറയേണ്ടത് എന്നറിയാതെ കുഴങ്ങി.

ഓരോരുത്തർക്കുമുണ്ട് ഈദ് അല്ലെങ്കിൽ ജൻമവാസന ഫ്രോയ്ഡിന്റെ അഭിപ്രായത്തിൽ അത് ലൈംഗിംകമായി ബന്ധപ്പെട്ടതാണ്. സമൂഹം ജൻമവാസനക്കുമേലെ അടിച്ചേൽപ്പിക്കുന്ന അനാവശ്യനിയന്ത്രണങ്ങളുടെ ഫലമായി ഉണ്ടാവുന്നതാണ്. ഈഗോ. ആഗ്രഹം പുറത്തുകൊണ്ടുവരാൻ ജൻമവാസനയും അതിനെ ബലം പ്രയോഗിച്ച് തടഞ്ഞുനിർത്താൻ ഈഗോയും ശ്രമിക്കുന്നു. ഒരാൾക്ക് ചിത്തഭ്രമം ഉണ്ടാവുന്നത് ഇവിടെയാണ്.

ശരി ശരി. ഇതൊക്കെ നിങ്ങള് കർമ്മസമിതി മീറ്റിംഗീല് ചർച്ചചെയ്യ്. ഇപ്പം എനിക്ക് അല്പം തിരക്കുണ്ട്. ആറാംവാർഡിലെ കുടുംബശ്രീ അയൽക്കൂട്ടത്തിന്റെ കട്ടമാങ്ങാ അച്ചാർ യൂണിറ്റിന്റെ ഉദ്ഘാടനം നടത്താനുണ്ട്. ഞാനങ്ങോട്ട് പോവ്വാ.

പ്രസിഡണ്ട് പവിത്രനെ കൈയൊഴിഞ്ഞു.

അഞ്ച്

അമേരിക്കയിലും മറ്റും ഉണ്ടെന്ന് പറയപ്പെട്ടുമ്പോലെ ഇവൻ നമ്മുടെ പഞ്ചായത്തിനെ ഫ്രീ സെക്സ് പഞ്ചായത്താക്കിക്കളയുമോ എന്ന ആശങ്ക കർമ്മസമിതി മീറ്റിംഗിനു ശേഷം അംഗങ്ങൾ കൂട്ടത്തോടെ പ്രസിഡണ്ടിനെ കണ്ട്, പ്രകടിപ്പിച്ചു.

ആകാശത്തൂടെ പോകുന്ന അടി കോണികയറി വാങ്ങിയാൽ ഇങ്ങനെയിരിക്കുമെന്ന് പാർട്ടിയിലെ എതിരാളികൾ മീറ്റിംഗുകളിൽ പ്രസിഡണ്ടിനെ കുറ്റപ്പെടുത്തി.

പ്രായവും പ്രവർത്തനപരിചയവും ഉള്ളവർ ഇവിടെയിരിക്കുമ്പോൾ ഇന്നലെ വന്ന ചെക്കനെ പഞ്ചായത്തിന്റെ വികസനച്ചുമതല മൊത്തമായി ഏൽപ്പിക്കാൻ നോക്കിയാൽ ഇതും ഇതിലപ്പുറവും സംഭവിക്കുമെന്ന് സ്റ്റാഫ് പരസ്പരം പിറുപിറുത്തു.

ലോകത്തുള്ള സകല മനശാസ്ത്രജ്ഞരുടേയും ഉദ്ധരണികൾ സ്ഥാനത്തും അസ്ഥാനത്തും പ്രയോഗിച്ച് കൗൺസലിംഗ് കൗൺസലിംഗ് എന്ന നാഴികക്ക് നാല്പതുവട്ടം ഉരുവിട്ട് പ്രസിഡണ്ടിനെ ചുറഞ്ഞുകളിച്ച പവിത്രൻ കുറെക്കാലം

അതിനിടയിൽ ക്ലിനിക്ക് തുടങ്ങാനുള്ള കെട്ടിടം ഭാരിച്ച തുക ഡെപോസിറ്റും വാടകയും കൊടുപ്പിച്ച് ഒപ്പിച്ചെടുത്തു പവിത്രൻ. അലഞ്ഞുതിരിഞ്ഞു നടക്കുന്ന പശുക്കൾക്ക് അതൊരാശ്രയകേന്ദ്രമായി മാറി. കെട്ടിടത്തിനകത്തും പുറത്തും ഗർഭനിരോധന ഉറകളുടെ അവശിഷ്ടങ്ങൾ പെരുകി വരുന്നത് പലരും കണ്ടിട്ടും ആരും പുറത്തുപറഞ്ഞില്ല.

സർവ്വേക്കുള്ള ചോദ്യാവലികൾ പ്രിപ്പേർചെയ്ത് ആയിരക്കണക്കിന് കോപ്പികൾ പ്രിന്റ് ചെയ്ത് പഞ്ചായത്താപ്പീസിന്റെ അലമാരയിൽവെച്ച് പൂട്ടുകയും ചെയ്തു.

കുളമായിപ്പോയ പദ്ധതികൾ വേറെയും ഉണ്ടായിരുന്നു.

ഭിക്ഷാടനക്കാരെ മുഴുവൻ തെരഞ്ഞുപിടിച്ച് പുനരനധിവസിപ്പിച്ച് സമ്പൂർണ്ണ ഭിക്ഷാടന വിമുക്ത പഞ്ചായത്താക്കാനുള്ള പ്രൊജക്ട് തയ്യാറാക്കി പ്രവർത്തനം തുടങ്ങിയതായിരുന്നു. സന്നദ്ധപ്രവർത്തകർ പിച്ചക്കാരുടെ പിറകെ പോയപ്പോൾ അവർ അടുത്ത പഞ്ചായത്തിലേക്ക് ഓടിയൊളിച്ചു. വാർഡുകൾ തോറും മുങ്ങിപ്പരതിയിട്ടും ഒറ്റ പിച്ചക്കാരനെപോലും കണ്ടെത്താനായില്ല. അവസാനം പദ്ധതി ചുരുട്ടിക്കെട്ടി പഞ്ചായത്താപ്പീസിന്റെ അട്ടത്ത് കയറ്റിയെന്ന് ഉറപ്പായപ്പോഴാണ്, പിച്ചക്കാർ വടിയും കുത്തി പഞ്ചായത്തിന്റെ അതിർത്തി കടന്നുവന്നത്.

ഒരോ കവലയിലും മുൻപഞ്ചായത്ത് പ്രസിഡണ്ടുമാരുടെ പൂർണ്ണകായ പ്രതിമകൾ സ്ഥാപിക്കാനുള്ള പ്രൊജക്ടും പാളിപ്പോയവയിലൊന്നാണ്. വെങ്കലം വേണോ, കരിങ്കല്ലുവേണോ, അതോ കോൺക്രീറ്റ് മതിയോ എന്ന് ചർച്ച ചെയ്തുവരികയായിരുന്നു. അപ്പോഴാണ് ആദ്യകാല പ്രസിഡണ്ടുമാരുടെ ഫോട്ടോ പോലും കിട്ടാനില്ലെന്ന് മനസ്സിലായത്. ചെരിഞ്ഞും നിവർന്നുമുള്ള പോസിൽ പല ഫോട്ടോകളും എടുത്തു കാത്തിരിക്കുന്ന മുൻ പ്രസിഡണ്ടുമാരും, ഇപ്പോഴത്തെ പ്രസിഡണ്ടും ഉണ്ടല്ലോ എന്ന് കരുണാകരൻ മാഷ് സെക്രട്ടറിയെകൊണ്ട് പറയിപ്പിച്ചു നോക്കി. മെമ്പർമാരുടെ മുഖത്ത് അത്ര തെളിച്ചം കണ്ടില്ല. അവസാനം ഉള്ളവരുടെ ഫോട്ടോകൾ എൻലാർജ് ചെയ്ത് പഞ്ചായത്ത് ഹാളിന്റെ ചുവരിൽ തൂക്കുന്നതിൽ ഒതുക്കി പ്രൊജക്ട്.

പഞ്ചായത്താഫീസിന്റെ മുൻവശത്ത് താമരക്കുളം നിർമ്മാണ പദ്ധതി, ചക്കക്കുരു സംസ്കരണ പദ്ധതി, മുഴുവൻ സ്കൂൾ കുട്ടികൾക്കും ബുദ്ധിവികാസത്തിനുള്ള സൗജന്യ ബ്രഹ്മിലേഹ്യ വിതരണ പദ്ധതി എന്നിവയെല്ലാം പാതിവഴിക്കെത്തി പാളിപ്പോയ പദ്ധതികളിൽ ചിലതായിരുന്നു.

പവിത്രൻ പാറമേലിന്റെ ആവേശം, പക്ഷേ തല്ലികെടുത്തുന്തോറും

ആളിപ്പടരുന്നതായിരുന്നു.അടുത്തയാഴ്ച, അടുത്തമാസം, അടുത്തകൊല്ലം എന്നിങ്ങനെ പറഞ്ഞു പറഞ്ഞ് കർമ്മസമിതിക്കാർ ഉരുണ്ടുകളിച്ചു.

അവിടുന്നും ഇവിടുന്നും ചോദ്യങ്ങളും സംശയങ്ങളുമുണ്ടായി.ഒരോ അധികാരികളും അവർക്ക് തോന്നിയ മട്ടിൽ ഉത്തരം പറഞ്ഞു.

ഫണ്ട് ഗവൺമെന്റ് തിരിച്ചുപിടിച്ചതാണെന്ന് ചിലർ, പ്രൊജക്ട് അസംബന്ധമാണെന്ന് തീർച്ചപ്പെടുത്തി ഡി.പി.സിക്കാർ തിരിച്ചയച്ചതാണെന്ന് ചിലർ. വ്യക്തിഗത ഗുണഭോക്താക്കൾക്കുള്ള ആനുകൂല്യങ്ങൾ വെട്ടിച്ചുരുക്കുന്നതിന്റെഭാഗമാണെന്ന് വേറെ ചിലർ, പ്രതീക്ഷിച്ചതിലധികം എൻട്രിവന്നതിനാൽ ബഡ്ജറ്റിൽ ഉൾക്കൊള്ളാനാവാത്തതുകൊണ്ട് പ്രൊജക്ട് മൊത്തമായി തള്ളുകയാണെന്ന് ചിലർ. ആരും പേര് റജിസ്റ്റർ ചെയ്യാത്തതുകൊണ്ട് ഫണ്ട് ലാപ്സായിപോവുകയായിരുന്നെന്ന്ചിലർ.

എല്ലാം കുപ്രചാരണങ്ങൾ മാത്രമാണെന്നും പദ്ധതി ഉപേക്ഷിച്ചിട്ടില്ലെന്നും അടുത്തബോർഡ് മീറ്റിംഗിൽ പാസാകുമെന്നും പ്രതീക്ഷകൈവെടിയരുതെന്നും ഗ്രാമസഭയിലെ ചോദ്യങ്ങൾക്കുമുന്നിൽ പ്രസിഡണ്ടും മെമ്പർമാരും.

ബാക്കിയുള്ള പണം കൊണ്ട് പഞ്ചായത്തിന്റെ ഹൃദയഭാഗത്ത് പൂന്തോട്ടവും, പാർക്കും, ജലധാരയും സ്ഥാപിക്കാനുള്ള പ്രാരംഭ പ്രവർത്തനത്തിലേർപെട്ടിരിക്കുകയാണ് പ്രസിഡണ്ടെന്ന് അധികമാരും അറിഞ്ഞില്ല.

ഭരണസമിതിയുടെ കാലാവധി തീരുന്നതുവരെ, ഇന്ന് നാളെ എന്നു പറഞ്ഞ് പ്രസിഡണ്ടും മെമ്പർമാരും മുന്നോട്ടുപോയി.

താൻ തന്നെ പുതിയ പ്രസിഡണ്ടാകും എന്നാണ് കരുണാകരൻ മാഷ് കരുതിയിരുന്നത്. സംവരണമാണെങ്കിൽ വൈസെങ്കിലും ആവാതിരിക്കില്ല. മറിച്ചൊരു തീരുമാനത്തിന് കാരണമൊന്നും കാണുന്നില്ലെന്ന് മാഷ് പലരോടും പറഞ്ഞു. പക്ഷേ പാർട്ടിക്കാരിൽ ചിലർ ഇടങ്കോലിട്ടു. തെരഞ്ഞെടുപ്പിൽ സ്ഥാനാർത്ഥിപോലുമാക്കാതെ ഒരു കൂട്ടർ ഒറ്റപ്പെടുത്തുകയായിരുന്നു. നിരാശയും മാനഹാനിയുംകാരണം മാഷ് തകർന്നു. തന്റെ പിള്ളേരെക്കൊണ്ട് പോസ്റ്ററെഴുതിപ്പിച്ച് രാത്രിയിൽ ആരും കാണാതെ പാർട്ടിയാപ്പീസിന്റെ ചുമരിൽ

പതിപ്പിച്ചു. വരുതിലുണ്ടായിരുന്ന കുടുംബശ്രീക്കാരെക്കൊണ്ട് തന്നെ സ്ഥാനാർത്ഥിയാക്കാത്തതിൽ പ്രതിഷേധിച്ച് പന്തം കൊളുത്തി പ്രകടനം വരെ നടത്തിച്ചു.

ഫലമുണ്ടായില്ല. മറിച്ച് പാർട്ടിയെ അപകീർത്തിപ്പെടുത്താൻ ചില ദുഷ്ടശക്തികളുടെ കൂട്ടുപിടിച്ച് വെല്ലുവിളിച്ചുവെന്ന കുറ്റമാരോപിച്ച് ചത്ത എലിയെ എന്നപോലെ വാൽ കടലാസുകൊണ്ട് കൂട്ടിപിടിച്ച് പുറത്തേക്കു തള്ളി. രക്ഷിക്കാൻ ആരുമുണ്ടായില്ല.

ഇപ്പോൾ അമ്പലത്തിന്റെ ആൽത്തറയിലും പഞ്ചായത്തുമുക്കിലെ മുറുക്കാൻ കടയിലും ചെന്നിരുന്ന് കണ്ടതിനും കടിയതിനും കുറ്റം പറഞ്ഞ്, പാർട്ടിക്കാരെ ചീത്തപറഞ്ഞ് തന്റെ കാലത്തെ വികസനത്തെക്കുറിച്ച് നെഗളിച്ച്, പുതിയ പ്രസിഡണ്ടിനെ നിസ്സരിച്ച് കരുണാകരൻ മാഷ് നേരം പോക്കുന്നു. വാറു പൊട്ടിയ ചെരിപ്പുപോലെ എല്ലാവരാലും അവഗണിച്ച്...

അകലെയുള്ള ഒരു സിനിമാതീയറ്ററിൽ നിന്ന് തലയിൽടൗവ്വലിട്ട്, മുഖം വക്രീകരിച്ച്, നടത്തക്ക്മാറ്റം വരുത്തി, ഇറങ്ങി വരുന്ന കരുണാകരൻ മാഷെ പവിത്രൻ പാറമേൽ യാദൃശ്ചികമായി കണ്ടു. സിനിമാ പോസ്റ്റർ നോക്കിയപ്പോൾ ഉടുതുണിയില്ലാത്തവർ. 'പാവം' പവിത്രൻ പറഞ്ഞുപോയി.കേറി മിണ്ടിയാലോ എന്നതോന്നിയെങ്കിലും അപ്പോഴത്തെ മുഖഭാവം കാണാൻ കഴിയില്ലെന്നോർത്ത് കണ്ടതായി നടിച്ചില്ല.

മറ്റൊരവസരത്തിൽ പഞ്ചായത്തുമുക്കിൽ മാഷെ കണ്ടപ്പോൾ പവിത്രൻ പറഞ്ഞു. കരയടുത്തപ്പോൾ പുഴയകന്നു, അല്ലേമാഷെ.

അർത്ഥം മനസ്സിലാവാത്തമട്ടിൽ മാഷ് നോക്കി.

ലോഡ്ഷെഡിംഗ് വന്നാൽ മണ്ണെണ്ണവിളക്കോ, മെഴുകുതിരിയോ കത്തിച്ച് രക്ഷപ്പെടാം; പക്ഷേ ബെഡ്റൂമിലെ പവർക്കട്ട്... അത് സഹിക്കാൻ പറ്റ്ന്നില്ല അല്ലേമാഷെ.

മാഷ് മനസ്സിലായിട്ടും മനസ്സിലാവാത്തപോലെ മുഖംചുളിച്ചു.

ശരീരത്തിന്റെ പ്രായം ഓർത്ത് മാഷ് ബേജാറാവേണ്ട. മനസ്സിന്റെ പ്രായാ പ്രായം. അത് വെച്ച് നോക്കുമ്പം മാഷ്ക്ക് ചെറുപ്പം തൊടങ്ങീട്ടേ ഉള്ളൂ.ഇനിയെങ്കിലും ഒന്ന് അടിച്ചുപൊളി.

താൻ രാത്രികാലങ്ങളിൽ ചില വേലികളൊക്കെ ചാടിമറിയാറുള്ളത് ഇവൻ കണ്ടുപിടിച്ചോ എന്ന് മാഷ് സംശയിച്ചു.

'ഡഡഡ നിന്നെ ഞാൻ' എന്നു പറഞ്ഞ് മാഷ് വെറുതെ കൈ ഓങ്ങിയെങ്കിലും ചുണ്ടത്ത് നേർത്ത പുഞ്ചിരി വിടർന്നത് പവിത്രൻ പാറമേൽ ശ്രദ്ധിച്ചു.

ആറ്

തന്നെക്കാൾ പ്രായം കൂടിയ സ്ത്രീകളെ കല്യാണം കഴിക്കുക യാണ് കുടുംബഭദ്രതക്ക് ഉത്തമമെന്ന് കാലിഫോർണിയ യിലെ ഏതോ സൈക്കോളജിസ്റ്റിന്റെ ബുക്കിലുണ്ടെന്ന് പവിത്രൻ പാറമേൽ പലരോടും പ്രസംഗിക്കാറുണ്ട്.

ഓഫീസ് സമയങ്ങളിലായാലും വിഷയം വീണുകിട്ടാൻ കാത്തിരി ക്കുകയാവും അയാൾ. കഴിഞ്ഞ വർഷം പുതുതായി ജോയിൻ ചെയ്ത സജീഷ് എന്ന ചെറുപ്പക്കാരന്റെ പെണ്ണുകാണൽ തകൃതിയായി നടക്കു ന്ന സമയത്ത് പ്രായം കൂടിയ പെൺകുട്ടികളുടെ ജാതകക്കുറിപ്പുകൾ കൊണ്ടുക്കൊടുത്ത് പ്രലോഭിപ്പിച്ചത് എല്ലാവർക്കുമറിയാം. സ്വന്തം ദാമ്പത്യ ജീവിതം തന്നെ ഉദാഹരണമായെടുത്താണ് പുള്ളിക്കാരന്റെ ന്യായവാദം. സ്ത്രീ പുരുഷനേക്കാൾ പ്രായം കൂടിയവളാണെങ്കിൽ ഇരു വർക്കും തുല്യതാബോധം കൂടുമത്രെ ! സാധാരണ ബന്ധങ്ങളെ അപേ ക്ഷിച്ച് സ്ത്രീക്ക് പുരുഷനെക്കൂടുതൽ മനസ്സിലാക്കാനും അതിനനുസരി ച്ച് പെരുമാറാനും കഴിയുന്നു. പ്രായം കുറഞ്ഞ ഭാര്യ സംരംക്ഷണം ആഗ്രഹിക്കുന്നു. ഭർത്താവിന് അതൊരുബാധ്യതതായി മാറുന്നു.മറി ച്ചാണെങ്കിൽ സംരക്ഷണത്തിന് പ്രാധ്യാനമില്ലാതാവുകയും പരസ്പ രമുള്ള ആവശ്യങ്ങൾ മനസ്സിലാക്കി പ്രവർത്തിക്കാൻ കഴിയുകയും ചെയ്യുന്നു. ഇവരുടെ ലൈംഗികജീവിതം സാധാരണക്കാരേക്കാൾ സുഖകരവും ദീർഘവുമാണെന്നതാണ് ഏറ്റവും പ്രാധാനമായ കാര്യം. പല പുരുഷൻമാരെയും, വിവാഹശേഷം, കാലുകെട്ടി, നാവുചുരുട്ടി വീട്ടിലൊതുക്കപ്പെടുന്നതിന്റെ രഹസ്യം ഇതാണെത്രെ. !

സജീഷിന് അതെല്ലാം പുതിയ അറിവുകളായിരുന്നു. എല്ലാം മൂളി ക്കേട്ടുകൊണ്ടിരിക്കുമ്പോൾ പവിത്രൻ കരുതും ഇവൻ തന്റെ വലയിൽ വീണു, തന്റെ യൂണിയനിൽ ഒരു മെമ്പർഷിപ്പ് കൂടി...

സജീഷിന്, പക്ഷെ തന്നിഷ്ടപ്രകാരമുള്ള തെരഞ്ഞെടുപ്പ് അസാധ്യമായിരുന്നു. വീടും വീട്ടുകാരും ദൗർബല്യമാണ്. പുരുഷനു കീഴ്പെട്ട് ജീവിക്കാൻ പറ്റാത്ത പെണ്ണ് പെണ്ണല്ല എന്ന വീട്ടുകാരുടെ പരമ്പരാഗത വിശ്വാസത്തെ എതിർത്ത് തോൽപിക്കാനൊന്നും അവന് കഴിയുമായിരുന്നില്ല.

തന്നെക്കാൾ പ്രായം കുറഞ്ഞ കിളുന്തുപെണ്ണിനെ തന്നെയാണ് സജീഷ് മുറപ്രകാരം താലികെട്ടികൊണ്ടുവന്നത്. വെളുത്തുമെലിഞ്ഞ കൊച്ചുനാടൻ പെണ്ണ്. നാണം കുണുങ്ങി.

നിന്റെ കഷ്ടകാലം തുടങ്ങിയെടാ.

കല്യാണദിവസം വൈകിട്ട് ടെറസിന്റെ മുകളിലിരുന്ന് രണ്ടുപെഗ് അകത്താക്കിയതിന്റെ ധൈര്യത്തിൽ പവിത്രൻ പാറമേൽ തുറന്ന ടിച്ചു.

ആ പെൻസിലുപോലത്തെ പെണ്ണ് നിന്നെ കയറില്ലാണ്ട് കെട്ടിയിടും. നോക്കിക്കോ. വീട്ട്ന്ന് പൊറത്തിറങ്ങിയാൽ അപ്പതൊ ടങ്ങും നിന്റെ മൊബൈലിൽ അവൾടെ മിസ്ഡ്കോൾ. ഇല്ലേങ്കില് നീ പറഞ്ഞോ.

പവിത്രൻ പാറമേൽ എഴുന്നേറ്റു. കാൽ നിലത്തുറയ്ക്കുന്നുണ്ടായിരു ന്നില്ല. എങ്ങിനെയോ ഒരു വിധം പിടിച്ച് സ്റ്റപ്പുകളിറക്കി സജീഷ് അയാളെ ഗേറ്റിനു പുറത്തേക്ക് പതുക്കെതള്ളി.

കുറ്റം പറയരുത്. കാലിഫോർണിയൻ സൈക്കോളജിസ്റ്റിന്റെ കണ്ടെത്തൽ സ്വന്തം ജീവിതത്തിൽ പ്രയോഗിക്കാൻ ധൈര്യം കാട്ടിയ ആദർശ നിഷ്ഠനായ ചെറുപ്പക്കാരനായിരുന്നു പവിത്രൻ പാറമേൽ.തന്നെക്കാൾ ആറുവയസ്സ് കൂടുതലുള്ള പല്ലുന്തി ശാന്തയാണ് പുള്ളിക്കാരന്റെ ജീവിതസഖി. കുടുങ്ങിപ്പോയതാണെന്ന് നാട്ടിലാരും പറഞ്ഞുനടന്നില്ലെങ്കിലും എല്ലാവർക്കുമറിയാം.

മുൻവരിയിലെ പല്ലുകൾ മുഴുവൻ പുറത്തായതിനാൽ വായുടെ അടപ്പ് പൂട്ടാൻ ശാന്തേച്ചിക്ക് ഒരിക്കലും കഴിഞ്ഞിരുന്നില്ല. മുഖം

കരയുമ്പോഴും പല്ലുകൾ ചിരിച്ചുകൊണ്ടിരുന്നു. കമ്പിയിടൽ അന്നൊക്കെ നാട്ടിൽ അത്ര പ്രചരിച്ചിട്ടില്ലാത്തതിനാലും, ഉണ്ടെങ്കിൽ തന്നെ ഭീമമായ കാശ് ചെലവാക്കാൻ വീട്ടുകാർക്ക് വകയില്ലാത്ത തിനാലും പല്ലുകൾ സർവ്വരുടേയും പ്രദർശനവസ്തുവായി തന്നെ നിലനിന്നു.അടപ്പ് പൂട്ടാനറിയുന്ന അനിയത്തിമാരെല്ലാം ഓവർടേക്ക് ചെയ്തുകളഞ്ഞു.ശാന്തേച്ചിമാത്രം കുലയിലെ മകണി പോലെ ആർക്കും വേണ്ടാത്ത കിടന്നു കുറെക്കാലം അത്യാവശം തുന്നൽ പണി അറി യാവുന്നതുകൊണ്ട് പച്ചരിക്കുള്ള വക കണ്ടെത്തുന്നു.

ഒരു നാട്ടുക്കൊള്ളി ആയാലും വേണ്ടില്ല, ഒരാൺസ്പർശം ശാന്തേച്ചി ഉള്ളാലെ കൊതിച്ചുപോയി. ആണുങ്ങളുടെ നേർക്ക് കുരുത്തം കെട്ട ഒരു കണ്ണ് അറിയാതെ ചാടിപ്പോകും

അങ്ങനെ ഒരിക്കൽ കണ്ടുപോയതാണ് പവിത്രൻ പാറമേലിനെ. നികുതി പിരിക്കാൻ പോയതാണ്. പണം വാങ്ങി റസീറ്റ് കൊടു ക്കുമ്പോഴാണ് പവിത്രൻ ശാന്തേച്ചിയുടെ വിരലുകൾ കണ്ടത്. വെളുത്തുമെലിഞ്ഞ വിരലുൾ. അറിയാതെ തൊട്ടുപോയി ശാന്തേച്ചി പിൻവലിച്ചു. പിന്നെയാണ് മുഖത്ത് നോക്കിയത്. കൈവിരലുകളുടെ സുഖ സ്പർശനത്തിന്റെ ലഹരിയിൽ ഒളിനോട്ടത്തിന്റെ കൊളുത്തു വലിയിൽ, പല്ലുമുഴുവൻ പുറത്തായ ചിരിക്കും, സൗന്ദര്യമുണ്ടെന്ന് പവിത്രന് തോന്നുകയായിരുന്നു.

രാത്രിയാവുന്നതുവരെ പവിത്രൻ കാത്തു. നല്ല നിലാവ്. നിലാവിന്റെ സൗന്ദര്യമാസ്വദിച്ചുകൊണ്ട് നടന്നു. ശാന്തേച്ചിയുടെ വീടിനു പിറകിലെ ഓലമറ ചൊറിയുന്നതുവരെയെത്തി കാര്യങ്ങൾ. ഒരു മാലാഖയെപ്പോലെ ശാന്തേച്ചി ഒഴുകിവന്നു. വിടിനു പിറക് വശത്ത് ആരും കാണാത്ത കുറ്റിക്കാട്ടിലെ വള്ളി പടർപ്പുകൾ പട്ടു മെത്തയായി. പൂത്തുലഞ്ഞ നിലാവ് സുഗന്ധപുഷ്പങ്ങൾ വിതറി. ചീവീടുകൾ മധുരസംഗീതമാലപിച്ചു.

ശാന്തേച്ചിയുടെ വെളുത്തുമെലിഞ്ഞ വിരലുകളിൽ നിന്ന് പവിത്രൻ മുകളിലേക്ക് ഇഴയാൻ തുടങ്ങി. ഇഴഞ്ഞിഴഞ്ഞ്...

നിലാവുള്ള എല്ലാ രാത്രികളിലും പവിത്രൻ ശാന്തേച്ചിയുടെ ഓലമറ മാന്തി. ഇലപ്പടർപ്പുകൾക്കുമുകളിൽ ഇരുവരും വികാരങ്ങളുടെ ഭാണ്ഡക്കെട്ടുകളഴിച്ചു.

നടന്നതും നടക്കാത്തതുംകണ്ടുപിടിക്കുന്ന, വേണ്ടുന്നതിനും വേണ്ടാത്തതിനും ഇടങ്കോലിടുന്ന നാട്ടിലെ ചെറുപ്പക്കാർക്ക് മനസ്സിലായി സിഗ്നൽ. കുറ്റിക്കാട്ടിനടുത്ത് സംഘടിച്ച് അവർ ഒളിച്ചിരുന്നു.

നിലാവുദിച്ചപ്പോൾ പവിത്രൻ പ്രത്യക്ഷപ്പെടുന്നു. വന്നപാടെ മറമാന്തുന്നു. ശാന്തേച്ചി മറനീക്കി പുറത്തുവരുന്നു. എണ്ണതേച്ചുകുളിച്ച്, വാസന പൗഡറിട്ട്, അരബ്ലൗസും കരമുണ്ടുമിട്ട് ഇറങ്ങിവരുന്ന ശാന്തേച്ചി.

കുറ്റിക്കാട്ടിനു പുറത്ത് യുവസിംഹങ്ങൾ കാത്തു.

കുറച്ചുകൂടി കഴിയട്ടെ. കാണേണ്ടത് കണ്ടിട്ടുപോരെ....?

ആരോ പിറുപിറുക്കുന്നു.

പറ്റില്ല. ഇപ്പത്തന്നെ പൊക്കണം.

സിംഹങ്ങൾ സടകുടഞ്ഞെഴുന്നേറ്റു. രണ്ടിനെയും ഒറ്റപ്പിടുത്തം. ഉടുതുണി കേറ്റിക്കെട്ടി ഇരുവരും നനഞ്ഞപൂച്ചകളെ പോലെ നിന്നു.

വിസിലടിച്ചും കൂകിവിളിച്ചും ആളെക്കൂട്ടി. നാട്ടുകൂട്ടം ഒഴുകിയെത്തി.

ഇപ്പം കെട്ടണം.

യുവരക്തം തിളച്ചു മിറഞ്ഞു.

നേരം വെളുക്കട്ട്, റജിസ്ട്രാപ്പീസ് തൊറക്കട്ട്. ആടന്നാവാം

മധ്യസ്ഥൻമാർ.

പെണ്ണിന് പ്രായക്കൂടുതലുണ്ട്, നാട്ടുനടപ്പല്ല.

അതിനെന്ത്? ഇതുവരെ കാര്യങ്ങൾ മുട്ടില്ലാണ്ട് നടന്നല്ലോ ഇനിയങ്ങോട്ടും അങ്ങനെ തന്നെ തുടരാം.

ചെറുപ്പക്കാർ ഉറഞ്ഞുതുള്ളി.

അങ്ങനെ പവിത്രൻ പാറമേലിന് പ്രതീക്ഷിക്കാതെ കല്യാണം. ഒപ്പം മറമാന്തി പവിത്രൻ എന്ന പുതിയ നാമധേയവും.

ഇനിയൊന്ന് ചത്താമതി എന്ന സന്തോഷത്തിലായിരുന്നു ശാന്തേച്ചി.

നമുക്ക് നല്ലൊരു ദന്തിസ്റ്റിനെ കണ്ട് നാളെത്തന്നെ എന്റെ പല്ലൊന്നുകെട്ടിക്കണം.

ഔദ്യോഗിക ആദ്യരാത്രിയിൽ മുറിയുടെ ജനവാതിലുകൾ അടച്ച് കുറ്റിയിട്ടശേഷം ശാന്തേച്ചി പറഞ്ഞു.

എന്തിന്?

പവിത്രൻ നീരസം ഭാവിച്ചു.

കാറ്റും വെളിച്ചവും കിട്ടുന്നിടത്തേക്ക് പല്ലുകൾ വളർന്നുപോയതാണ്.അതിനെ ബലം പ്രയോഗിച്ച് അകത്തേക്ക് വലിച്ചുകെട്ടുന്നത് പ്രകൃതിവിരുദ്ധമാണ്. അല്ലെങ്കിലും ഈ പല്ലുകൾ ശാന്തേച്ചിക്ക് അഴകാണ്. പൊന്നിൻ കുടത്തിന് പൊട്ടുപോലെ...

ശാന്തേച്ചിക്ക് നാണം വന്നു. തന്നെ കളിയാക്കുന്നതാണെന്നറിയാമെങ്കിലും കേൾക്കാൻ സുഖമുള്ള വാക്കുകളായിരുന്നു അവ. ഉള്ളിൽ തട്ടി പറഞ്ഞതാവണേ ഈശ്വാരാ എന്നവർ പ്രാർത്ഥിച്ചു.

ദേ നോക്ക്. ഇന്നുമുതൽ എന്നെ ശാന്തേച്ചീന്ന് വിളിക്കരുത്.

അവർ താക്കീതു നൽകി.

മറ്റുള്ളോര് കേൾക്കുമ്പഴാ അതിന്റെ കുറച്ചില്.

പവിത്രൻ ഒന്നും മിണ്ടിയില്ല.

മാത്രമല്ല, ഞാൻ ഇന്നുമുതൽ പവിത്രേട്ടാ, പവിത്രേട്ടാ, എന്നേ വിളിക്കൂ.

വേണ്ട.

പവിത്രൻ എഴുന്നേറ്റു. ധൃതിയിൽ നടന്നുചെന്ന്, അടച്ചു കുറ്റിയിട്ടിരുന്ന ജനവാതിലുകൾ തള്ളിത്തുറന്നു.

എന്താ, എന്തുപറ്റീ.?

ശാന്തേച്ചി അക്ഷമമായി.

നല്ല നിലാവ്.

പുറത്തേക്കുനോക്കി പവിത്രൻ പറഞ്ഞു.

വാ നമുക്ക് പുറത്തിറങ്ങാം കുറ്റിക്കാട്ടിലേക്ക്.

അയ്യേ, തമാശ പറയ്വാ?.

തമാശയല്ല.

പവിത്രൻ ഗൗരവം വിടാതെ പറഞ്ഞുകൊണ്ട് ശാന്തേച്ചിയുടെ വിരലുകൾ കൈയിലെടുത്തു. പതുക്കെ തലോടി. പിന്നെ കൈ പിടിച്ച് പുറത്തിറങ്ങി.

...അടച്ചിട്ട മുറിയിൽ എല്ലാം യാന്ത്രികമായിരിക്കും പ്രേമം കത്തി പ്പടരുന്നത് നിലാവിന്റെ മൃദുസ്പർശമേൽക്കുമ്പോഴാണ്. കാമാഗ്നി യുമായി നിലാവിൽ കുളിച്ചുനിൽക്കുന്ന പെണ്ണ് സിരകളെ ത്രസിപ്പി ക്കും. ലൂവാ യൂണിവേഴ്സിറ്റിയെക്കുറച്ച്കേട്ടിട്ടുണ്ടോ? അവിടുത്തെ സൈക്കോളജിഡിപ്പാർട്ട്മെന്റിലെ പ്രൊഫസർമാർ നറുനിലാവ് മനുഷ്യസിരകളിൽ വരുത്തിത്തീർക്കുന്ന മാറ്റങ്ങളെക്കുറിച്ച് പല സ്റ്റഡീസും നടത്തിയിട്ടുണ്ട്. കവികളും കലാകാരൻമാരും നിലാവിനെ വാഴ്ത്തുന്നത് അവരുടെ ബോധമനസ്സിലെ ലൈംഗിക ചോദനയുടെ പ്രതികരണമാണ്. ഇതാ പൂർണചന്ദ്രനുദിച്ചിരിക്കുന്നു. അതിന്റെ ശക്തിയും ഊർജവും...

ശാന്തേച്ചി ബാക്കി കേൾക്കാൻ നിന്നില്ല. പവിത്രന്റെ പിടിയിൽ നിന്ന് കുതറിയോടി മുറിക്കകത്തുവന്ന് കട്ടിലിൽ കമിഴ്ന്നു കിടന്ന് കരയാൻ തുടങ്ങി.

ഏഴ്

പുതിയ സെക്രട്ടറി ത്രേസ്യാമ്മ ലൂയിസ് ചാർജെടുത്ത ദിവസം പവിത്രൻ പാറമേൽ വൈകിയാണ് ഓഫീസിൽ എത്തിയത്.

ഇന്നെങ്കിലും ടൈമിന് വന്നൂടെ പവിത്രേട്ടാ. പുതിയ സെക്രട്ടറി നമ്മുടെ ഓഫീസിനെ പറ്റി എന്താ കരുത്വാ.

സജീഷ് ചോദിച്ചു.

അറ്റന്റൻസ് റജിസ്റ്റർ വെക്കുന്ന മേശപ്പുറത്ത് തപ്പിനോക്കുകയായിരുന്നു പാറമേൽ.

റജിസ്റ്റർ സെക്രട്ടീന്റെ മേശപ്പുറത്തെത്തി. അതിന്റെ സ്ഥാനം ഇനി അവിട്യാത്രെ! അതങ്ങനെ വിടാമ്പറ്റ്വാ?

ആരോ ആവേശം കൊണ്ടു.

കോട്ടത്തുപോയി തൊഴുത് പ്രസാദം വാങ്ങീട്ടേ ഇങ്ങോട്ട് കേറി വരാമ്പറ്റൂ എന്ന് സാരം.

പവിത്രൻ മറ്റു സ്റ്റാഫിന്റെ മുഖത്തുനോക്കി. ആർക്കും ചിരി വരുന്നില്ല. എല്ലാവരും ഗൗരവത്തിലാണ്. ഹാജർബുക്കിന്റെ കസ്റ്റോഡിയനായി സെക്രട്ടറി സ്വയം അവരോധിച്ചതിനാലും, തട്ടിൻമുകളിൽ പൊടിപിടിച്ചു കിടന്നിരുന്ന പല ഫയലുകളും വലിച്ചെടുത്ത് ഹാജരാക്കാൻ പറഞ്ഞതിനാലും ക്യാഷ്ബുക്കും, വരവ് റജിസ്റ്ററും വൗച്ചറുമെല്ലാം അവരാഗ്രഹിച്ചതുപോലെ അല്ലാതിരുന്നതുകൊണ്ടുള്ള നീരസം പ്രകടിപ്പിച്ചതിനാലും എല്ലാവരും പ്രതിഷേധത്തിലാണ്. വന്നുകയറിയപാടെയുള്ള ഈ പോസ്റ്റ്മോർട്ടം അവർ പ്രതീക്ഷിച്ചതായിരുന്നില്ല.

സോമശേഖരൻ സാർ ഒരിക്കലും ജീവനക്കാർ എപ്പോൾ കയറിവരുന്നു, എപ്പോൾ ഇറങ്ങിപ്പോകുന്നു എന്നു ശ്രദ്ധിക്കാറില്ല. ഫയലുകൾ തട്ടിക്കുടഞ്ഞെടുപ്പിക്കാറില്ല. ക്യാഷ്ബുക്കുകൾ കടുകുകീറി പരിശോധിക്കാറില്ല: പുതിയ പുതിയ സമ്പ്രദായങ്ങൾ എവിടം വരെ ചെന്നെത്തിക്കും എന്ന് എല്ലാവരും ആശങ്കപ്പെട്ടു. അടിച്ചമർത്തുന്തോറും ആളിക്കത്തുന്നതാണ് ജീവനക്കാരുടെ വർഗബോധമെന്ന് കാണിച്ചുകൊടുക്കാനിരിക്കുന്നതേയുള്ളൂ.

പവിത്രൻ സെക്രട്ടറിയുടെ ക്യാബിന്റെ അരവാതിലിലൂടെ അകത്തേക്കൊളിഞ്ഞുനോക്കി.

സെന്റിന്റെയും പൗഡറിന്റെയും മണം മൂക്കിൽ വന്നു കയറുന്നുണ്ടായിരുന്നു. മുഖത്തെ തിളക്കം മുറിയിലാകെപ്രതിഫലിക്കുന്നുണ്ടായിരുന്നു. ഒരു കോണിലൂടെ നോക്കുമ്പോൾ സിനിമാനടി ഷീല, മറുഭാഗം തിരിയുമ്പോൾ ശ്രീവിദ്യ, നേരെ നോക്കുമ്പോൾ ജയഭാരതി.

പവിത്രൻ ഒറ്റനോട്ടത്തിൽ തന്നെ മാർക്കിട്ടു. ഇനി ആണുങ്ങളെല്ലാം കൃത്യനിഷ്ഠ പാലിച്ചുകൊള്ളും. അവരുടെ സൗന്ദര്യം ഒളിഞ്ഞുനോക്കി ആസ്വദിച്ചതിനുശേഷം പവിത്രൻ അരവാതിൽ മുട്ടി.

യെസ് കമിൻ എന്ന കിളിമൊഴി കേട്ടപാടെ അകത്തുകയറി മേശപ്പുറത്തെ ഒപ്പുപുസ്തകം തുറന്നു.

ഗുഡ്മോണിംഗ് മാഡം.

ഗുഡ്മോണിംഗ്.

ശബ്ദത്തിന് രൂപത്തേക്കാൾ സൗന്ദര്യം.

പവിത്രൻ പാറമേൽ, അല്ലേ ?

സെക്രട്ടറിക്ക് ആളെ മനസ്സിലായി.

വാട്ടീസ് ദ മീനിംഗ് ഓഫ് പാറമേൽ ?

സെക്രട്ടറി ചോദിച്ചു.

ഹൗസ് നെയിമാണ് മാഡം.

ഓ ഞാൻ കരുതി, യു ആർ ഓൺ ദി റോക്ക്.

പവിത്രൻ മറുപടി പറഞ്ഞില്ല.

സർക്കാർ ചെലവിൽ സൈക്കോളജി പഠിക്കാൻ ഭാഗ്യം കിട്ടിയ ആൾ അല്ലേ.

തന്നെകുറിച്ച് ഇത്രവേഗം മനസ്സിലാക്കിയതിൽ പവിത്രൻ അത്ഭുതപ്പെട്ടു.

പ്യൂൺ ഗോപാലേട്ടന്റെ പണിയാണ്. രാവിലെതന്നെയെത്തി ഓരോരുത്തരുടെയും ജാതിയും ജാതകവും വിസ്തരിച്ചു കാണും.

പവിത്രൻ റജിസ്റ്ററിൽ ഒപ്പിട്ടു.

മനസ്സ് കടിഞ്ഞാണില്ലാത്ത കുതിരയാണെങ്കിലും മനശാസ്ത്രത്തിന് റൂൾസും ഡിസിപ്ലിനും ഉണ്ടെന്നാണ് എന്റെ പരിചിതമായ അറിവ്. ശരിയല്ലേ.

സെക്രട്ടറി ചിരിച്ചുകൊണ്ട് ചോദിക്കുന്നു.

തന്നെ ഇരുത്താനാണെന്ന ഉദ്ദേശ്യം മനസ്സിലായെങ്കിലും പവിത്രൻ വെറുമൊരു കുശലം കേൾക്കുന്നതുപോലെ അഭിനയിച്ചു.

വരാനിരിക്കുന്നത് ഉടക്കിന്റെ നാളുകളാണെന്ന്, അരവാതിൽ തള്ളി പുറത്തുകടക്കുമ്പോൾ പവിത്രൻ ഉറപ്പിച്ചു, കാണാൻ പെണ്ണും പിടക്കോഴിയും ഒക്കെ തന്നെ, വാക്കും, പെരുമാറ്റവും പ്രവർത്തിയും പക്ഷേ ആ രൂപത്തിന് യോജിക്കുന്നില്ല. അത്തരക്കാരുടേത് പുരുഷ മനസ്സായിരിക്കും. വനിതാപോലീസുകാരിൽ ആരും സ്ത്രൈണത കാണാത്തത് ഇതേ സൈക്കോളജിയാണ്.

പഞ്ചായത്തിനെ പട്ടാളക്യാമ്പാക്കിക്കളയാം എന്ന് അവർ കരുതുന്നുണ്ടാവുമോ എന്തോ?

ഏതായാലും വക്കും മൂലയുമില്ലാത്ത, കുത്തും കോമയുമില്ലാത്ത, കുറെ പെണ്ണുങ്ങളുണ്ടിവിടെ, എല്ലാം ഉടപൊളികൾ. അക്കൂട്ടത്തിൽ, കണ്ടാൽ കണ്ണിനുപിടിക്കുന്ന ഒരാളെങ്കിലും ഉണ്ടാവുക ഒരു മരുപ്പച്ചയാണ്.

തെല്ല് സന്തോഷത്തോടെ പവിത്രൻ സീറ്റിൽ ചെന്നിരുന്നു.

എന്താണ് അനുഭവം എന്ന മട്ടിൽ എല്ലാവരും പവിത്രനെ നോക്കി.

പീഞ്ഞപ്പെട്ടിക്ക് ഗോദ്റെജ് പൂട്ട്.

പവിത്രൻ മറുപടി നൽകി.

മനുഷ്യൻ, നമ്മൾ കാണുമ്പോലെ കളർഫുൾ ആയ പിച്ചർ മാത്രമല്ല മനസ്സിന്റെ വിവിധ അറകളിൽ നടക്കുന്ന സമരവും സന്ധിചെയ്യലുമാണ്. ഫ്രോയ്ഡ് പറഞ്ഞതുപോലെ അവരെ ശരിക്കും അറിയണമെങ്കിൽ അരവാതിലിനിടയിലൂടെ ഒളിഞ്ഞുനോക്കിക്കൊണ്ടിരിക്കണം.

പവിത്രൻ ഉറപ്പിച്ചു.

വൈകുന്നേരത്തെ സ്റ്റാഫ് മീറ്റിംഗിൽ മധുരപലഹാരങ്ങളടങ്ങിയ പായ്ക്കറ്റ് വിതരണം ചെയ്തുകൊണ്ട് സെക്രട്ടറി ത്രേസ്യാമ ലൂയിസിന്റെ മധുരശബ്ദത്തിലുള്ള പ്രഭാഷണമുണ്ടായി.

സഹപ്രവർത്തകരെ,

അധികാര വികേന്ദ്രീകരണത്തിന്റെ ഫലമായി തദ്ദേശസ്വയംഭരണ സ്ഥാപനങ്ങളുടെ ഉത്തരവാദിത്വം വളരെ വർദ്ധിച്ചിരിക്കുകയാണെന്ന് ഞാൻ പറയാതെ തന്നെ നിങ്ങൾക്ക് അറിയാമല്ലോ. മുൻപാണെങ്കിൽ ബിൽഡിംഗ് ടാക്സ്, പ്രൊഫഷണൽ ടാക്സ് തുടങ്ങിയ നാമമാത്രമായ വരുമാനത്തിൽ നിന്ന് ശമ്പളവും മറ്റുചെലവുകളും കഴിഞ്ഞാൽ ജനങ്ങളുടെ വികസന ക്ഷേമ പ്രവർത്തനങ്ങൾക്ക് പരിമിതമായ പണമാണ് ഉണ്ടായിരുന്നത്. ഇപ്പോഴാകട്ടെ, ചെലവാക്കു, ചെലവാക്കു എന്നു പറഞ്ഞുകൊണ്ട് പണം ജനങ്ങൾക്കുമുന്നിൽ ഇട്ടുകൊടുക്കുകയാണ്. മാറി മാറി വരുന്ന ഭരണസമിതികൾക്ക് പക്ഷേ ഈ പണം ചെലവഴിക്കുന്ന കാര്യത്തിൽ ഉൽകണ്ഠ കാണണമെന്നില്ല. പക്ഷേ നമ്മൾക്ക് അക്കൗണ്ടിംഗിലും ധനമാനേജ്മെന്റിലുമെല്ലാം അടിസ്ഥാനപരമായ മാറ്റങ്ങൾ വരുത്തേണ്ടിയിരിക്കുന്നു. ജനകീയ സമിതികൾ പണം കൈകാര്യം ചെയ്യുകയും പദ്ധതി നിർവഹണത്തിൽ പങ്കാളികളാവുകയും ചെയ്യുമ്പോൾ നമ്മുടെ ഉത്തരവാദിത്വം കുറയുകയല്ല കൂടുകയാണ് ചെയ്യുന്നത്.

നിർഭാഗ്യവശാൽ ആ ഉയർന്ന അക്കൗണ്ടബിലിറ്റിയും വികസന ക്ഷേമ പ്രവർത്തനങ്ങളോടുള്ള ഉത്തരവാദിത്വവും നമുക്ക് നഷ്ടപ്പെട്ടു പോയിരിക്കുന്നു.

ആത്മാർത്ഥതയും കാര്യശേഷിയുമുള്ള ജീവനക്കാർ തന്നെയാണ് ഈ ഓഫീസിലുള്ളവരെന്ന് എനിക്കറിയാം. പക്ഷേ അവരാരും അവരുടെ കഴിവുകൾ വിനിയോഗിക്കുന്നില്ല, എന്ന വിമർശനം

ഞാനുയർത്തിയാൽ എന്നോട് നീരസം തോന്നരുത്. അങ്ങേയറ്റം അരാജകമാണ് ഇവിടെ കാര്യങ്ങൾ. ആർക്കും ആരോടും റസ്പോൺസ്ബിലിറ്റിയില്ല. അധികാരത്തിന്റെ ഉന്നതസ്ഥാനത്തിരിക്കുന്നവർ മുതൽ താഴെ വാർഡ് സമിതി അംഗങ്ങൾ വരെ അവർക്ക് നിനച്ചിരിക്കാതെ കിട്ടിയ അധികാരങ്ങൾ മിസ്യൂസ് ചെയ്തിരിക്കുന്നതായി കാണാം.

പൊതുപണം ചെലവഴിക്കുമ്പോൾ മെച്ചപ്പെട്ട സാമ്പത്തിക മാനേജ്മെന്റ് ഒഴിച്ചുകൂടാൻ പറ്റാത്തതാണ്. പണം വാരിക്കോരി ചെലവാക്കിയിട്ടും പൂർത്തിയാക്കാനാവാത്ത നിരവധി പദ്ധതികൾ എനിക്ക് കാണാൻ കഴിയുന്നു. കാട്ടിലെ തടി തേവരുടെ ആന എന്ന മട്ടിലാണ് കാര്യങ്ങളുടെ പോക്ക്. സർക്കാർ ഉദ്യോഗസ്ഥൻമാരെ കുറിച്ച് പണ്ടേ നാം ഇത് കേട്ടതാണ്. എന്നാൽ താഴെ ഗ്രാമസഭ മിനുട്ട്സ് പരിശോധിച്ചപ്പോൾ അവിടെ പങ്കെടുക്കാനെത്തുന്ന ഓരോ ആളുടെയും വിചാരം അതാണ്. എനിക്കും കിട്ടണം ധനസഹായം.

നമ്മൾ ഉദ്യോഗസ്ഥർ മാത്രം വിചാരിച്ചാൽ ഇത് പരിഹരിക്കാൻ കഴിയില്ലെന്നറിയാം. പക്ഷേ നമ്മുടെ ഉത്തരവാദിത്വം നാം നിറവേറ്റണം. വാങ്ങിക്കുന്ന ശമ്പളത്തിന്റെ മൂല്യം പ്രവൃത്തിയിലും കാണിക്കണം.

ഒരോട്ട പ്രദക്ഷിണത്തിൽ എന്റെ ശ്രദ്ധയിൽപ്പെട്ട ചിലകാര്യങ്ങൾ പറയാം. അസസ്മെന്റ് റജിസ്റ്ററും ഡിമാന്റ് റജിസ്റ്ററും കൃത്യമായി എഴുതി സൂക്ഷിച്ചിട്ടില്ല. ബില്ലുകൾ യഥാസമയം റജിസ്റ്ററിൽ ചേർത്തിട്ടില്ല. പദ്ധതി ഫണ്ടും മെയ്ന്റനൻസ് ഗ്രാന്റും കൃത്യമായി ചെലവഴിച്ചു കാണുന്നില്ല. പലതും വകമാറ്റിയാരിക്കുന്നത് ഏതെങ്കിലും ബോഡിയുടെ തീരുമാനത്തിന്റെ അടിസ്ഥാനത്തിലല്ല. പത്തുറുപ്പിക ചെലവാക്കേണ്ടിടത്ത് നൂറുറുപ്പിക ചെലവാക്കുന്ന പ്രവണത കൂടിയിരിക്കുന്നു. നികുതി കുടിശ്ശിക പകുതിമുക്കാലും പിരിച്ചെടുത്തു കാണുന്നില്ല.ഓഡിറ്റ് ഒബ്ജക്ഷന്റെ അടിസ്ഥാനത്തിൽ കൂടെ കൂടെ തുക തിരിച്ചടക്കേണ്ടി വന്നിരിക്കുന്നു...

ഇങ്ങനെ കണ്ടെത്തിയ ഓരോന്ന് പറയാൻ തുടങ്ങിയാൽ തീരില്ല. ഏതായാലും പദ്ധതിക്കാലത്ത് ചെലവഴിച്ച പണം, ഭൗതിക നേട്ടങ്ങൾ എന്നിവ സംബന്ധിച്ച് ഒരു റിപ്പോർട്ട് അടിയന്തിരമായും എനിക്ക് ലഭിക്കേണ്ടതുണ്ട്. എല്ലാ റജിസ്റ്ററുകളും കംപ്ലീറ്റ് ചെയ്യണം.

ക്യാഷ്ബുക്ക് അപ്ഡേറ്റ് ചെയ്തിരിക്കണം.

ഓരോരുത്തർക്കും ഓരോ ഡ്യൂട്ടി നിശ്ചയിച്ചിട്ടുണ്ട്. അതിനനുസരിച്ച് അവരവരുടെ കടമകൾ നിറവേറ്റണം. പഞ്ചായത്ത് ഡയറക്ടർ വിളിച്ചുചേർക്കുന്ന കോൺഫ്രൺസുകൾ മുതൽ ബോഡ് മീറ്റിംഗുകൾ വരെ സെക്രട്ടറിയുടെ സാന്നിധ്യം ആവശ്യമുള്ളസ്ഥലങ്ങൾ നിരവധിയാണ്. അതിനിടയിൽ ഓരോ സെക്ഷനിലും ഇടപെടാനും, പരിശോധിക്കാനുമുള്ള സാവകാശം ലഭിച്ചെന്നു വരില്ല. എല്ലാവരും അവരവരുടെ കടമകൾ ഭംഗിയായി നിറവേറ്റി ഒരു മാതൃകാ പഞ്ചായത്താക്കി മാറ്റുന്നതിൽ സഹകരിക്കണമെന്നാണ് നിങ്ങളോട് എനിക്ക് പറയുവാനുള്ളത്. ഇനി നിങ്ങൾക്ക് എന്തെങ്കിലും പറയാനോ ചോദിക്കാനോ ഉണ്ടെങ്കിൽ അതിനുള്ള അവസരമാണ്. പരസ്പരം മനസ്സുതുറക്കുമ്പോഴാണ് കൂടുതൽ ആശയവ്യക്തത കൈവരിക്കാൻ കഴിയുക.

മഴതോർന്നതുപോലെ സെക്രട്ടറിയുടെ പ്രസംഗം അവസാനിച്ചു. ഭയങ്കരമായ മൗനമായിരുന്നു പിന്നീട്. എല്ലാവരും പരസ്പരം നോക്കുകമാത്രം ചെയ്തു.

പവിത്രൻ പാറമേൽ പ്രസംഗം ശ്രദ്ധിച്ചതേയില്ല. ആ രൂപത്തിനു ചേർന്നതല്ല വാക്കുകളെന്ന് തുടക്കത്തിലേ പവിത്രന് തോന്നിയിരുന്നു. അതുകൊണ്ട് വാക്കുകൾക്ക് ചെവി നൽകാതെ സെക്രട്ടറിയുടെ മുഖസൗന്ദര്യത്തിലും ആകാരവടിവിലും കണ്ണുകൂർപ്പിച്ചിരിക്കുകയായിരുന്നു പവിത്രൻ.

എന്തേ ആർക്കും ഒന്നും പറയാനില്ലേ? എല്ലാമറിയുന്നവർക്കും ഒന്നുമറിയാത്തവർക്കുമാണ് സംശയം ഇല്ലാതിരിക്കുക. നിങ്ങളെ ഏതു ഗണത്തിലാണ് പെടുത്തേണ്ടത്?

കൃത്രിമമായ ചിരി മുഖത്ത് വരുത്തിക്കൊണ്ട് സെക്രട്ടറി ചോദിച്ചു.

എന്നിട്ടും ആരും ഒന്നും മിണ്ടിയില്ല.

ചോയ്സ്, ചോയ്സ്

സജീഷ് പവിത്രനെ നോക്കി കണ്ണും മുഖവും കൊണ്ട് എന്തോ ഗോഷ്ടികാണിക്കുന്നു.

അറ്റൻഡൻസ് റജിസ്റ്റർ പഴയപ്പോലെ എച്ച്.സിയുടെ മേശപ്പുറത്ത്

തന്നെ വെക്കുന്നതല്ലേ നല്ലത് എന്ന് ചോദിക്കാനാണ് പവിത്രനെ ഓർമ്മിപ്പിക്കുന്നത്.

ചോദിച്ചോളൂ ചോദിച്ചോളൂ

സെക്രട്ടറി പ്രോത്സാഹിപ്പിച്ചു

സുഹൃത്തുക്കളെ പോലെ കണക്കാക്കി നിങ്ങളുടെ സംശയങ്ങൾ ചർച്ചചെയ്യാനുള്ള വേദിയാണിത്, എന്തും ചോദിച്ചോളൂ.

പവിത്രൻ എഴുന്നേറ്റു.

അത്... അത്...

ഉം. പറഞ്ഞോളൂ. ഒട്ടും സങ്കോചിക്കണ്ട.

അത് സജീഷിന് ഒരു സംശയം ചോദിച്ചാൽ നാണക്കേടാവ്വോ എന്നതോണ്ടാ അവൻ ചോദിക്കാത്തെ.

എന്തു നാണക്കേട് ഇവിടെ നമ്മളല്ലേയുള്ളൂ.

എന്നാപ്പറയാം. സജീഷിന്റെ ഭാര്യ ഇപ്പോൾ ഗർഭിണിയാണ് ഗർഭകാലത്ത് സെക്ഷ്വൽ ഇന്ററാക്ഷൻ എത്രത്തോളമാവാം എന്നവ നറിയണം. കുറച്ചുദിവസമായി അവൻ എന്നെ ചുറഞ്ഞു നടക്ക്വാണ്. മാഡത്തിന്റെ അഭിപ്രായം കൂടി അറിഞ്ഞാൽ...

സെക്രട്ടറിയുടെ കണ്ണു തള്ളിപ്പോയി. മുഖം ചുവന്നുതുടുത്തു.

സജീഷ് വിയർത്തു. ആരെയും നോക്കാൻപറ്റാത്തതുകാരണം തല മേശവലിപ്പിലേക്ക് കുമ്പിട്ടു.

ഇയാളോട് സ്വകാര്യമായി ചോദിച്ചതാണ്. ഇങ്ങനെ ആൾക്കൂ ട്ടത്തിലിട്ട് പൊട്ടിച്ച് ആളെ ഐസാക്കുമെന്ന് കരുതിയതല്ല. ഛെ നാണക്കേടായി.

യോഗം അവസാനിപ്പിച്ചതായി പറയാതെതന്നെ സെക്രട്ടറി തന്റെ ക്യാബിനിലേക്ക് ചാടിപ്പോയി. ഫാൻ ഫുൾസ്പീഡിൽ കറങ്ങു ന്നുണ്ടായിട്ടും ഏതോ ഫയലെടുത്ത് ശക്തിയായി വീശി വിയർപ്പക റ്റാൻ ശ്രമിച്ചു.

എട്ട്

ലേബർ റൂമിനു പുറത്ത് കുഞ്ഞിനെകാത്ത് സജീഷ് അക്ഷമനായി കാത്തുനിൽക്കുകയായിരുന്നു. മാസം തികയാതെയാണ് പ്രസവം. സിസേറിയനാണ്.

നിന്റെ കാര്യോർക്കുമ്പം കഷ്ടം തോന്നുന്നു.

ആരോ പുറത്തുതട്ടികൊണ്ട് പറഞ്ഞു. തിരിഞ്ഞുനോക്കിയപ്പോൾ പവിത്രൻ പാറമേൽ. ഇയാളെ എന്തിനാണ് ഈ സമയത്ത് ഇങ്ങോട്ട് കെട്ടികൊണ്ടുവന്നത്?

ആ കൊച്ചുപെണ്ണിനെ ഇത്രവേഗം അമ്മയാക്കി നശിപ്പിച്ച് കളഞ്ഞില്ലേ സജീഷേ നീ.

സജീഷിന് ദേഷ്യം ഇരച്ചുകയറി.

പോട്ടെ, ഭാര്യയെ ആസ്പത്രീല് അഡ്മിറ്റാക്കീറ്റ്ണ്ടെന്ന് ഒന്നു വിളിച്ചുപറഞ്ഞോ. ഒരു ഓഫീസില് അടുത്തടുത്ത സീറ്റില് ഇരിക്കുന്നോര് തമ്മിൽ ഇത്രേം അകൽച്ച പാടില്ല.

പവിത്രന്റെ പരിഭവം.

ശരിയാണ്. പവിത്രനോട് പറയാൻ പേടിയായിരുന്നു. പറഞ്ഞാൽ നേരവും കാലവും നോക്കാതെ കയറിവരും. കൗൺസലിംഗ് അതിരുകടക്കും. മുറിയിൽ ഭാര്യയുണ്ടെന്നോ, ഭാര്യേടെ അമ്മച്ചിയുണ്ടെന്നോ ബന്ധുക്കളുണ്ടെന്നോ നോക്കാതെ ഓരോന്ന് പറയും. കേൾക്കുന്നവർ എന്തുകരുതും എന്നതയാൾക്ക് പ്രശ്നമല്ല.

ഇപ്പോൾ തന്നെ നോക്ക്.ഭാര്യഓപ്പറേഷൻ ടേബിളിൽ അബോധാവസ്ഥയിൽ. കുഞ്ഞിനെ ഒരുനോക്ക് കാണാനുള്ള ആകാംഷ മനസ്സിൽ അപ്പോഴാണ് ആകാശത്തു നിന്ന് പൊട്ടിവീണമട്ടിൽ ഈ മനുഷ്യന്റെ പ്രത്യക്ഷപ്പെടൽ. വന്നപാടെ തുടങ്ങുന്ന മുള്ളും മുനയും വെച്ചവാക്കുകൾ.

ഒന്നും മിണ്ടിയില്ല.

പെറാൻ വേണ്ടി ആസ്പത്രീല് വര്ന്നത് തന്നെ തെറ്റ്.

പവിത്രൻ പറയാൻ തുടങ്ങി.

പെറലെന്താ സൂക്കേടാ?. എന്നോടൊരു വാക്കു പറഞ്ഞിരുന്നെങ്കിൽ പേറ്റിച്ചിയെ തപ്പിപ്പിടിച്ച് കൊണ്ടുത്തര്വാര്ന്നല്ലോ. അല്ലേത്തന്നെ വയറ് കീറ്വാ മുറിക്ക്വാന്നൊക്കെ പറഞ്ഞാൽ... ഛെ.ഛെ

അവരോർക്ക് വന്നാലറിയാം ഈ ആദർശം.

സജീഷ് മനസ്സിൽ പറഞ്ഞു.

വേദന ജ്യാസ്ത്യായപ്പോൾ ഒരു ടാക്സി വിളിച്ച് ഇങ്ങോട്ടുകൊണ്ടുവന്നു. ഓപ്പറേഷൻ ഇപ്പംതന്നെ വേണംന്ന് ഡോക്ടർ. മാസം തികഞ്ഞിട്ടില്ല. പരീക്ഷണത്തിനൊന്നും ന്ക്കാൻ എനിക്ക് വയ്യ.

പാവം.

പവിത്രൻ സങ്കടപ്പെട്ടു.

ആ കൊച്ചുപെണ്ണിന്റെ കാര്യമോർക്കുമ്പഴാ കഷ്ടം.ഇത്ര ചെറുപ്പത്തിൽ...

ഇയാളെ കോളറിനു പിടിച്ച് ഉന്തിയിട്ടാലോ എന്നുവരെ തോന്നി, സജീഷിന്. ടെൻഷൻ പിടിച്ചിരിക്കുന്ന സമയത്താണ് ക്രൂരമായ വാക്കുകൾ. മനശാസ്ത്രം പഠിച്ചിട്ടുണ്ട്പോലും. കേൾക്കുന്നവരുടെ മനോനില അറിയാൻ കൂട്ടാക്കാത്ത ജന്തു. പഠിച്ച് പഠിച്ച് മനോരോഗി ആയിരിക്കുന്നു. കുറുന്തോട്ടിക്ക് വാതം എന്നു കേട്ടിട്ടേയുള്ളൂ.

ഇനി ആ കൺതടങ്ങൾ കറുക്കും

പവിത്രൻ പറഞ്ഞു.

മാറിടങ്ങൾ ഇടിഞ്ഞുതാഴും. അടിവയർ ചുക്കിച്ചുളിഞ്ഞ്

വൃത്തികേടാവും. പോരാത്തതിന് കീറിയതിന്റെയും തുന്നിയതിന്റെയും അടയാളങ്ങൾ ഭീകരമായി നിലനിൽക്കും. നിന്റെ കാര്യം പോക്കാ.

സജീഷ് ചുറ്റും നോക്കി. അസമയത്തും അസ്ഥാനത്തുമുള്ള ഇയാളുടെ പ്രഭാഷണം, ഈശ്വരാ ആരെങ്കിലും കേൾക്കുന്നുണ്ടോ? ഒരു തുണികഷ്ണം കിട്ടിയിരുന്നെങ്കിൽ ആ വായിൽ കുത്തിത്തിരുകാമായിരുന്നു.

ഇതിലപ്പുറം പ്രതീക്ഷിച്ചതാണ്. ഇയാൾ വാതുറന്നാൽ വാക്കുകൾക്ക് ലൈസൻസില്ല.

കുഞ്ഞുങ്ങളുണ്ടാവുക അത്യാവശ്യം തന്നെ. പക്ഷേ അതുമാത്രമാണോ ദാമ്പത്യത്തിന്റെ ലക്ഷ്യം ?

സജീഷ് ലേബർറൂമിന്റെ വാതിൽ തുറക്കുന്നുണ്ടോ എന്ന് നോക്കിക്കൊണ്ടിരുന്നു.

മറ്റൊരു സന്ദർഭത്തിലായിരുന്നെങ്കിൽ ഈ പൊങ്ങ്ളാന്തങ്ങൾ കേൾക്കാൻ സുഖമുണ്ടായിരുന്നു. ഇപ്പോൾ ആരെങ്കിലും ഒരു കത്തി കൊണ്ടുതരികയാണെങ്കിൽ ഇയാളുടെ വയറ്റിൽ ആഞ്ഞുകുത്താൻ മാത്രമുള്ള അരിശമുണ്ട്.

നഴ്സ് വാതിൽ തുറന്നു.

വെള്ളത്തുണിയിൽ സുഖമായുറങ്ങുന്ന കുഞ്ഞ്.

സജീഷിന്റെ കണ്ണുനിറഞ്ഞു. താനൊരു അച്ഛനായിരിക്കുന്നു. അഭിമാനം തോന്നി.

പവിത്രൻ അടുത്തുവന്ന് കുഞ്ഞിന്റെ തുണിപൊന്തിച്ചു നോക്കി.

ഛെ. ആൺകുട്ടി !

പൊടുന്നനെ സജീഷ് കുഞ്ഞിനെ പവിത്രന്റെ ദുഷിച്ച നോട്ടത്തിൽനിന്ന് മറച്ചുപിടിച്ചു.

ആണായതുകൊണ്ട് ഒരു കുഴപ്പമുണ്ട്.

പവിത്രൻ ആരോടെന്നില്ലാതെ പറഞ്ഞു.

പെണ്ണുമ്പിള്ളക്ക് ഭർത്താവിനോടുള്ള സ്നേഹം കുറയും.

ഈ ലോകത്ത്, ആദ്യമായി പിറന്നുവീണ കുഞ്ഞിന്റെ മുഖത്തു നോക്കി എന്തൊക്കെയാണിയാൾ പുലമ്പുന്നത്. അസൂയയാണ്. കൊല്ലങ്ങൾ കഴിഞ്ഞിട്ടും അച്ഛനാവാൻ കഴിയാത്തതിന്റെ അസൂയ. അസൂയ മൂത്ത് ഭ്രാന്തായതാണ്.

ഒരു പക്ഷേ സ്വന്തം ഭാര്യയിൽ മാത്രമേ കുഞ്ഞുങ്ങളുണ്ടാവാതിരുന്നിട്ടുള്ളൂ. മറ്റെവിടെയൊക്കെ മക്കളുണ്ടായിട്ടില്ലെന്ന് ആർക്കറിയാം. കാളക്കുട്ടനാണെന്ന് പരക്കെപാട്ടാണ്. നാട്ടിലെ പലമാന്യൻമാരെയുമൊക്കെ ഇയാളുടെ മക്കൾ അച്ഛാ, അച്ഛാ എന്നുവിളിച്ച് നടക്കുന്നുണ്ടാവില്ലെന്ന് എന്താണുറപ്പ്.

....അമ്മ തന്റേതുമാത്രമായിരിക്കണമെന്ന് ആൺകുട്ടികൾ എപ്പോഴും വിചാരിക്കും. അമ്മ അച്ഛനെ സ്നേഹിക്കുന്നത് അവർക്ക് സഹിക്കാവുന്നതിലുമപ്പുറമാണ്. അതോണ്ടല്ലേ ലോകത്തുള്ള മഹാഭൂരിപക്ഷം ആൺമക്കളും അച്ഛൻമാരുടെ എതിരാളികളാവുന്നത്. ഔറംഗസീബിന് ഷാജഹാനെ തടവറയിലിടാൻ തോന്നിയത്, വെറും അധികാര മോഹം കൊണ്ടല്ല. ഫ്രോയ്ഡിന്റെ ഇന്റർപ്രട്ടേഷൻ ഓഫ് ഡ്രീംസിൽ, ഈഡിപ്പസ് കോംപ്ലക്സിനെപറ്റി...

സജീഷിന്റെ കൈകൾവിറച്ചു. കൈയിൽനിന്ന് കുഞ്ഞ് ഞെട്ടി. പൊടുന്നനെ ഒരു കരച്ചിൽ.

നഴ്സ് ഓടിവന്ന് കുഞ്ഞിനെ വാങ്ങി.

വിശപ്പിന്റെ കരച്ചിലാ.

നഴ്സ് പറഞ്ഞു. അവർ കുഞ്ഞിനെ അടുക്കിപ്പിടിച്ച് അകത്തുപോയി.

കുഞ്ഞ് കരയുമ്പോഴുമുണ്ട് സുഖം. വല്ലാത്തൊരു നിർവൃതി. സജീഷ് ഒരു നിമിഷം കണ്ണുപൂട്ടി. എത്ര സർവവിജ്ഞാനകോശമായാലും പവിത്രൻ പാറമേലിന് ഈ അറിവ് ഉണ്ടാവാനിടയില്ല.

അച്ഛാ എന്നു വിളിക്കാൻ ഒരു കുഞ്ഞ്.

അത് ഏറ്റവും വലിയ ജ്ഞാനമാണ്.

ഇപ്പം കുഞ്ഞ് കരഞ്ഞതെന്തിനാന്നറിയോ സജീഷിന്? സിസ്റ്റർ പറഞ്ഞപോലെ വിശന്നിട്ടല്ല. അത് ശത്രുവിനെ

തിരിച്ചറിഞ്ഞിരിക്കുന്നു. കരച്ചിലിന്റെ താളം കേട്ടാലറിയാം.

സജീഷ് ഒന്നും മിണ്ടിയില്ല.

പല ആവശ്യങ്ങൾക്കും കുഞ്ഞുങ്ങൾ പല മട്ടിലാണ് കരയുന്നത്. സൂക്ഷ്മമായി നിരീക്ഷിച്ചാൽ അത് എളുപ്പം മനസ്സിലാവും.

സജീഷ് കൗതുകത്തോടെ നോക്കി.

ഹാവാർഡ് യൂണിവേഴ്സിറ്റിയിലെ ഒരു മനശാസ്ത്രജ്ഞൻ കുഞ്ഞുങ്ങൾ കരയുന്നതെന്തിനാണെന്നു കണ്ടുപിടിച്ചിട്ടുണ്ട്.

ഭാഗ്യം. ഇല്ലെങ്കിൽ അമ്മമാർ കരച്ചിലടക്കാനുള്ള വിദ്യയറിയാതെ അവരുടെ വായ തുന്നികെട്ടുമായിരുന്നു.

സജീഷ് മനസ്സിൽ പറഞ്ഞു.

പവിത്രൻ പ്രസംഗം തുടരുകയാണ്.

വിശക്കുമ്പോഴുള്ള കരച്ചിലല്ല, ഉടുതുണി നനഞ്ഞ് തണുക്കുമ്പോഴുള്ള കരച്ചിൽ. അമ്മ അടുത്തുവേണമെന്നുതോന്നുമ്പം സ്റ്റൈല് മാറ്റും. ആൺകുട്ടിയാണെങ്കിൽ അച്ഛന്റെ തലമുട്ട കണ്ടാൽ ഒരുതരം കരച്ചിൽ. അപരിചിതർ തൊട്ടാൽ വേറൊരുതരം കരച്ചിൽ. അമ്മമാർക്കതറിയാം.

സജീഷ് കേട്ടുകൊണ്ടിരുന്നു.

കുഞ്ഞുങ്ങൾ ആക്ഷൻ കൊണ്ടും മുഖത്തെ ഭാവമാറ്റം കൊണ്ടും ഒച്ചയിലെ വ്യത്യാസം കൊണ്ടും ഐഡിയാസ് കൺവേ ചെയ്യാൻ പഠിക്കുമ്പം കരച്ചിലിന്റെ കടുപ്പം കുറഞ്ഞു കുറഞ്ഞു വരും.

സജീഷിന് പുതിയ അറിവുകളാണിതൊക്കെ. എന്തൊക്കെ പറഞ്ഞാലും പവിത്രൻ പാറമേൽ ഒരുപാട് പഠിക്കുന്നുണ്ട്. ചിന്തിക്കുന്നുണ്ട്. മറ്റുള്ളവരെ വേദനിപ്പിക്കുന്നതായാലും അയാളുടെ നിരീക്ഷണങ്ങൾക്ക് അയാളുടെതായ യുക്തിയുണ്ട്. സങ്കീർണമായ ജീവിതാവസ്ഥയെ മറികടക്കാനുള്ള അഭിനിവേശമുണ്ട്. പ്രശ്നങ്ങൾ സോൾവ്ചെയ്യാൻ മൗലികമായ ഒട്ടേറെ കണ്ടെത്തലുകളുണ്ട്.

ആരും ശ്രദ്ധിക്കാത്ത വാതിലിലൂടെയാണ് പവിത്രൻ പാറമേൽ ലോകത്തെ നോക്കിക്കാണുന്നത്.

ഒൻപത്

താന്റെ വാർഡിൽ കുറെ ചെറുപ്പക്കാർ ഒരു സ്കൂൾ വിദ്യാർത്ഥിനിയെ മാനഭംഗപ്പെടുത്താൻ ശ്രമിച്ചതിന്റെ കഥ സ്റ്റാന്റിംഗ് കമ്മിറ്റി ചെയർമാൻ സുഗുണൻ കർമ്മസമിതി യോഗത്തിൽ വിസ്തരിച്ചു.

കപ്പാലത്തിനടുത്ത് വിജനമായ സ്ഥലത്ത് ഏറുമാടം കെട്ടി, കുടിയും ചീട്ടുകളിയുമായി നേരം കഴിക്കുന്ന ചെറുപ്പക്കാരെ കുറിച്ച് പണ്ടേ ആവലാതിയുണ്ടായതാണ്. അത്യാവശ്യം തല്ലിനും ഗുണ്ടാപ്പണിക്കും പോകുന്നതുകൊണ്ട് ആർക്കും ഇടപെടാൻ ധൈര്യമുണ്ടായില്ല. ആയിടക്കാണ് സ്കൂളിൽ നിന്ന് സ്പെഷൽ ക്ലാസ് കഴിഞ്ഞ് തനിച്ചുവരികയായിരുന്ന പെൺകുട്ടിയെ ചെറുപ്പക്കാർ തടഞ്ഞുനിർത്തുന്നത്. സന്ധ്യയായിരുന്നു. അവർ പെൺകുട്ടിയെ പൊക്കിയെടുത്ത് കപ്പാലത്തിന്റെ അടിയിൽ കൊണ്ടുപോയത്രെ! പേടിച്ചരണ്ട പെൺകുട്ടി നിലവിളിച്ചു. ആരും കേട്ടില്ല. ഭാഗ്യത്തിനാണ് ഏറ്റുകാരൻ ദിനേശൻ അതുവഴി വന്നത്. മൂപ്പര് കത്തികാട്ടി പേടിപ്പിച്ച് പെൺകുട്ടിയെ രക്ഷപ്പെടുത്തി.

സിനിമേല് കാണുമ്പോലത്തെ കഥ നമ്മുടെ നടക്കാൻ തുടങ്ങിയിരിക്കുന്നു !.

സുഗുണൻ പറഞ്ഞു. 'വിദ്യാഭ്യാസം, സംസ്കാരം' എന്ന ഹെഡിലുള്ള പ്രൊജക്റ്റുകൾ ഡിസ്കസ് ചെയ്യുന്ന വേളയിലായിരുന്നു സുഗുണന്റെ പ്രസംഗം.

ലൈംഗിക പീഡനങ്ങളുടെയും ബലാൽസംഗങ്ങളുടെയും എണ്ണം നമ്മുടെ നാട്ടിൽ കൂടിവരികയാണ്. പത്രമെടുത്താൽ അതിൽ ലൈംഗിക അതിക്രമങ്ങളുടെ വാർത്തകൾ ഇല്ലാത്ത ഒരു ദിവസവു മില്ല.

നമ്മുടെ പഞ്ചായത്തിൽ ഇത് അനുവദിച്ചുകൂടാ. ഇതിനെതിരെ ജനങ്ങളെ ബോധവാൻമാരാക്കണം. നമ്മുടെ പിടിയിൽനിന്ന് വഴു തിപ്പോയിട്ട് പറഞ്ഞിട്ട് കാര്യമില്ല. വാസ്തവത്തിൽ പഞ്ചായത്തിൽ ഇത് ആദ്യത്തെ അനുഭവമല്ല. കണ്ണും കയ്യും കാണിച്ച് മയക്കി ഒരു പെൺകുട്ടിയെ ലോഡ്ജിൽ കൊണ്ടുപോയി പീഡിപ്പിച്ച് അവസാനം പെൺകുട്ടിയുടെ ആത്മഹത്യ വരെ ഉണ്ടായകാര്യം വിസ്മരിക്കാറായി ട്ടില്ല. ആറാം വാർഡിൽ സ്കൂൾടീച്ചറുടെ നേർക്ക് ഒരു ചെറുപ്പക്കാരൻ ഉടുമുണ്ട് പൊക്കിക്കാണിച്ച സംഭവം ഈയിടെ ഉണ്ടായി.

...നമ്മുടെ സംസ്കാരത്തിന്റെ അപചയമാണ് ഇത് സൂചിപ്പിക്കു ന്നത്. എന്തുകൊണ്ടാണിത് സംഭവിക്കുന്നത് എന്ന് കുലം കഷമായി പരിശോധിച്ചാൽ...

ചെയർമാൻ വേഗം കാര്യത്തിലേക്ക് കടക്ക്. നമുക്ക് ഒരുപാട് തീരുമാനങ്ങൾ എടുക്കാനുണ്ട്. കുലം കഷമായി പിന്നെ പരിശോ ധിക്കാം.

പ്രസിഡണ്ട് സി.വി.ജി. ഇടക്കുകേറിപ്പറഞ്ഞു.

...അതിലേക്കാണ് ഞാൻ വരുന്നത്...

സുഗുണൻ തന്റെ ലക്ഷ്യത്തിലേക്ക് കടന്നു.

...ശാസ്ത്രീയമായ ലൈംഗിക വിദ്യാഭ്യാസത്തിന്റെ അഭാവമാണ് ഇതിനു പിന്നിലെന്ന് കാണാൻ കഴിയും.

അതിന് നമ്മക്കെന്താ ചെയ്യാൻ കഴിയ്വാ, ചെയർമാനെ.?

പ്രസിഡണ്ട് സി.വി.ജി അസ്വസ്ഥത പ്രകടിപ്പിച്ചു. പുള്ളിക്ക് ഇമ്മാതിരി പ്രസംഗങ്ങൾ കേൾക്കുന്നത് ഇഷ്ടമല്ല. കാര്യങ്ങളൊക്കെ വേഗം ചർച്ചചെയ്ത് തീരുമാനിക്കണം. നാട്ടുക്കൂട്ടത്തിനു മുന്നിൽ ക്ലാ സെടുക്കുന്നതു പോലെ ഒരു കർമ്മസമിതി മീറ്റിംഗിൽ വിസ്തരിച്ചിട്ട് കാര്യമില്ല.പ്രസംഗമല്ല പ്രവർത്തനമാണ് വേണ്ടത്.

പണ്ടത്തെ പ്രസിഡണ്ട് കരുണാകരൻ മാഷെ പോലെയാണ്, ഇപ്പോഴത്തെ സ്റ്റാന്റിംഗ് കമ്മറ്റി ചെയർമാൻ സുഗുണൻ. ഒറ്റ വറ്റ് കിട്ടാൻ കലത്തിലെ കഞ്ഞിവെള്ളം മുഴുവൻ കുടിച്ചുതീർക്കണം.

...മറച്ചു വെയ്ക്കുന്നത് കണ്ടെത്താനുള്ള ജിജ്ഞാസ മനുഷ്യസഹജമാണ്. ഇതുതന്നെയാണ് ലൈംഗികതയുടെ കാര്യത്തിലും സംഭവിക്കുന്നത്. അതിനെ പറ്റിയുള്ള സ്വതന്ത്രമായ അറിവ് നിഷേധിക്കപ്പെട്ടുമ്പോൾ അത് കണ്ടെത്താനുള്ള വ്യഗ്രത കുട്ടികളെ തെറ്റിലേക്കും നാശത്തിലേക്കും നയിക്കുന്നു. അതുകൊണ്ട് കൗമാര ലൈംഗികവിദ്യാഭ്യാസം സ്ക്കൂളിൽ നടപ്പാക്കേണ്ടുന്ന പ്രൊജക്ടിനെക്കുറിച്ച് നമ്മൾ ആലോചിക്കണം.

സുഗുണൻ പറഞ്ഞു.

സ്ക്കൂളുകളിലൊക്കെ കേറി നമുക്കിടപെടാൻ പറ്റ്വോ?

സി.വി.ജി.സംശയം പ്രകടിപ്പിച്ചു.

എന്തേ പറ്റാണ്ട്; സ്ക്കൂളുകൾക്ക് കെട്ടിടവും ഫർണിച്ചും നിർമ്മിച്ച് കൊടുക്കാൻ മാത്രമല്ല. അവിടുത്തെ കുട്ടികൾ എന്തു പഠിക്കണമെന്ന് തീരുമാനിക്കാനുള്ള അധികാരവും പഞ്ചായത്തുകൾക്കുണ്ട്.

ബാഗിൽ നിന്ന് ഏതോ ഓർഡറിന്റെ കോപ്പി പരതിയെടുത്തു. വേണമെങ്കിൽ ടീച്ചേഴ്സിനെതിരെ അച്ചടക്കനടപടി സ്വീകരിക്കാനും ഈ ഓർഡറിൽ വ്യവസ്ഥയുണ്ട്. വായിക്കണോ?

സുഗുണൻ എല്ലാവരുടെയും മുഖത്ത് നോക്കി

ശരി.ശരി. ചെയർമാന്റെ മനസ്സിൽ എന്തെങ്കിലും ഐഡിയ ഉണ്ടെങ്കിൽ അത് പറയൂ.

സി.വി.ജി.ധൃതികൂട്ടി.

അതായത് മുഴുവൻ സ്ക്കൂളുകളിലെയും ടീച്ചേഴ്സിന്റെ പ്രതിനിധികളെ നമ്മൾ വിളിച്ചുവരുത്തുന്നു. അവർക്ക് നിരന്തരമായി കോഴ്സ് നൽകുന്നു. ഇതിനായി ക്ലസ്റ്റർ പോലത്തെ സ്ഥിരം സംവിധാനം ഉണ്ടാവണം. റമ്യൂണറേഷനുള്ള തുകയും പദ്ധതിഫണ്ടിൽ വകയിരുത്തണം. സമഗ്ര ലൈംഗിക വിദ്യാഭ്യാസത്തെക്കുറിച്ച് ഗൈഡ്‌ലൈൻ നൽകുന്ന, കൈപുസ്തകം അച്ചടിച്ച് അവർക്കു വിതരണം ചെയ്യുക.

കുട്ടികൾക്ക് അവരുടെ മനസ്സിനിണങ്ങുന്ന തരത്തിൽ മേനിക്കട ലാസിൽ കളർചിത്രങ്ങളോടുകൂടിയ വേറെ പുസ്തകങ്ങൾ. കോഴ്സ് കിട്ടിയ ടീച്ചേഴ്സ് അത് മറ്റു ടീച്ചേഴ്സിന് ക്ലാസെടുക്കുന്നു. അത് കുട്ടികളിലേക്കെത്തുന്നു. വേണമെങ്കിൽ ആഴ്ചയിൽ മൂന്നോ നാലോ പിരിയിഡുകൾ ഇതിനായി ഉപയോഗിക്കാം.

കൊള്ളാം നല്ല പ്രൊജക്ട്

പ്രസിഡണ്ടൊഴികെ എല്ലാവരും പറഞ്ഞു.

നടപ്പാക്കാൻ പ്രയാസമുള്ള പദ്ധതികളെക്കുറിച്ച് ആലോചിക്കാതിരിക്കുന്നതാണ് ബുദ്ധി. കഴിഞ്ഞ കാലങ്ങളിലെ ഭരണസമിതികളെ പോലെ ചന്ദ്രനിൽ വരെ പോകാൻ പ്രൊജക്ട് ഉണ്ടാക്ക്വ. അവസാനം തെങ്ങിന്റെ മണ്ടേക്കേറി തിരിച്ചുവര്വാ. അത് എന്റെ ഭരണകാലത്ത് നടപ്പില്ല.

പ്രസിഡണ്ടിന്റെ വാക്കുകൾക്കുമുന്നിൽ എല്ലാവരും നിശബ്ദരായി.

അങ്ങനെ നോക്ക്യാ ഒരു പദ്ധതീം നടക്കലുണ്ടാവില്ല. കഴിയോന്ന് നോക്ക്യാ. ഇല്ലെങ്കിൽ അങ്ങ് വിട്വാ.മുട്ടപൊട്ടിക്കാണ്ട് ഓംലറ്റ് ഉണ്ടാക്കാൻ പറ്റ്വോ?

സ്റ്റാന്റിംഗ് കമ്മറ്റി ചെയർമാൻ മൗനം ഭഞ്ജിച്ചു.

നമ്മുടെ നാട് അപകടത്തിൽ ചാടുമ്പം കൈയും കെട്ടിനോക്കി നിൽക്ക്വാ വേണ്ടേ. പ്രസിഡണ്ട് അതിനൊരു പരിഹാരം നിർദേശിക്ക്.

ആരോപറഞ്ഞു.

ഫണ്ട് നമുക്ക് ഇഷ്ടം പോലെയുണ്ട്. മാർച്ച് മുപ്പത്തൊന്നാവുമ്പഴ്ത്തേക്ക് ചെലവഴിക്കാൻ പറ്റീറ്റ്ലേങ്കില് നാണക്കേടാണ്.മേലേന്ന് വിളിവരും, പത്രത്തില് വെണ്ടക്കേല് വരും. കണ്ടാൽ കണ്ണിന് പിടിക്കുന്ന ഒന്നുപോലും ഇരുവരും തയ്യാറാക്കാൻ കഴിഞ്ഞിട്ടില്ലതാനും. കിട്ടിയ അവസരം ഉപയോഗപ്പെടുത്താൻ നോക്കാണ്ട്.

വേറാരോ പറഞ്ഞു.

ഇന്നാളത്തില് അപ്പർത്തെ പഞ്ചായത്തില് പോയപ്പം അവിടെ ഓർമ്മശക്തി പരിശോധനക്യാമ്പ്. മെമ്മറി പവർ കുറഞ്ഞ്

പോയിട്ടുള്ളവർക്ക് അത് വർദ്ധിപ്പിക്കാനുള്ള ട്രിക്കുകൾ പറഞ്ഞുകൊടുക്കുന്നു. എന്തു നല്ല പരിപാട്യാ. ചെറുപ്പക്കാര് ചരിത്രോം പൗരധർമോം മറന്നുപോയീന്ന് നമ്മൾ വിലപിക്കും. അത് ഓർമ്മിപ്പിക്കാനുള്ള ഒരു പണീം ചെയ്യൂല. ആ പഞ്ചായത്തിലൊക്കെ ക്രിയേറ്റീവ്മൈന്റുള്ള പ്രസിഡണ്ടിനെ കിട്ടിയത് അവരുടെ ഭാഗ്യം. ആവും മട്ടിൽ നമ്മള് വല്ലതും ചെയ്യാൻ നോക്ക്യാ പ്രസിഡണ്ടിനെ പോലുള്ളവർക്ക് അത്ര താല്പര്യം കാണുന്നില്ല.

മറ്റൊരാൾ സങ്കടപ്പെട്ടു.

ഇനി ഞാൻ തടസ്സം നിന്നൂന്ന് പറയണ്ട.

പ്രസിഡണ്ട് പറഞ്ഞു.

എന്തു പദ്ധതി ആയാലും അത് നടപ്പാക്കാൻ പറ്റുന്നതായിരിക്കണം, അത്രേ ഞാൻ ഉദ്ദേശിച്ചിട്ടുള്ളൂ.

ഇത് നടക്കും.

സ്റ്റാന്റിംഗ് കമ്മിറ്റി ചെയർമാൻ ഉറപ്പിച്ചു.

ആപ്പീസിലെ ക്ലർക്ക് പവിത്രൻ പാറമേൽ സൈക്കോളജിയിൽ ട്രെയിനിംഗ് നേടിയിട്ടുള്ള ആളാണ്. അതും പഞ്ചായത്തിന്റെ ചെലവിൽ. അയാളുടെ സേവനം ഇതിനുവേണ്ടി ലഭ്യമാക്കണം.

സുഗുണൻ പറഞ്ഞു.

പ്രസിഡണ്ടിന്റെ മനസ്സ് ശൂന്യമായിരിക്കുന്നു. അയാൾ യാന്ത്രികമായി ബെല്ലടിച്ച് പ്യൂണിനെ വരുത്തി പവിത്രനെ വിളിപ്പിച്ചു.

പവിത്രൻ വന്നയുടനെ പഞ്ചായത്ത് പ്രസിഡണ്ട് എഴുന്നേറ്റു.

ന്ങ്ങള് ചർച്ചചെയ്യോ തീരുമാനമെടുക്ക്വോ എന്തെങ്കിലും ചെയ്യ്. ഞാൻ എതിര് നിന്നൂന്ന് നാളെ പേരുദോഷം ഉണ്ടാക്കണ്ട ഇനി യോഗാദ്ധ്യക്ഷൻ, സ്റ്റാന്റിംഗ് കമ്മറ്റി ചെയർമാൻ. എനിക്ക് ഒരത്യാവശ്യമുണ്ട്. ഭാര്യക്ക് നാലുദിവസായി പല്ലുവേദന. ഒന്ന് ഡോക്ടറെ കാണിക്കണം.

പ്രസിഡണ്ട് ധൃതിയിൽ പുറത്തിറങ്ങി.

പത്ത്

ലൈംഗികവാസന എന്നത് നമ്മൾ വിചാരിക്കുമ്പോലെ കൗമാരത്തിൽ തുടങ്ങുന്നതല്ല. ജന്മനാ കൊച്ചുങ്ങളിൽ അത് ഒളിഞ്ഞുകിടപ്പുണ്ട്.

പവിത്രൻ പാറമേലിന്റെ ക്ലാസ് പുരോഗമിക്കുകയാണ്. ഭൂരിഭാഗവും ലേഡീസ് ടീച്ചേഴ്സാണ്. അവരിൽതന്നെ ചെറുപ്പക്കാരികളാണ് മിക്കവരും. അവരുടെ മാനസികനിലവാരം അനുസരിച്ച് ക്ലാസ് കൈകാര്യം ചെയ്യുവാൻ പവിത്രൻ പ്രത്യേകം ശ്രദ്ധിക്കുന്നുണ്ടായിരുന്നു.

കുഞ്ഞ് മുലകുടിക്കുന്നത് പാലിനുവേണ്ടി മാത്രമല്ല.

പവിത്രൻ ഒരു നിമിഷം എല്ലാവരെയും നോക്കി.

പൂവുപോലെ പരിശുദ്ധമായ പിഞ്ചുകുഞ്ഞങ്ങളെ കുറിച്ചാണ് സാറിങ്ങനെ പറയുന്നത്.

ആരോ എഴുന്നേറ്റ് സംശയം പ്രകടിപ്പിച്ചു.

തീർച്ചയായും പൂവ് പരിശുദ്ധമാണ്. പക്ഷേ അത് ചെടിയുടെ ജനനേന്ദ്രിയവുമാണെന്നോർക്കണം.

സംശയിച്ച ടീച്ചർ ഇരുന്നുപോയി.

മൂത്രമൊഴിച്ചു കഴിഞ്ഞാൽ കുഞ്ഞുങ്ങൾക്ക് ഒരു ഞെട്ടിവിറയലുണ്ട്. ശ്രദ്ധിച്ചിട്ടുണ്ടോ? കുഞ്ഞനുഭവിക്കുന്ന സംതൃപ്തിയുടെ ഞെട്ടലാണത്. ലൈംഗികാനന്ദത്തിന്റെ പരകാഷ്ഠയിൽ നിങ്ങൾക്കും ആ

ഞെട്ടിവിറയൽ ഉണ്ടാവാറുണ്ട്. അല്ലേ ?

പവിത്രൻ ടീച്ചർമാരുടെ മുഖത്തുനോക്കി.

എല്ലാവരുടെയും തല കുത്തോട്ടായി.

കൗമാരദശയുടെ ആരംഭത്തോടെ ലൈംഗിക അവയവങ്ങൾ വളർച്ച പ്രാപിക്കുന്നു. അതോടെ ലൈംഗികആസക്തി പുനസ്ഥാപിതമാവുന്നു. അവന്റെ ഓരോ ചലനങ്ങളും ഭാവിയിലെ ലൈംഗിക പ്രവർത്തനങ്ങളിലേക്കുള്ള ചുവടുവെയ്പുകളാണ്. ഇത് തിരിച്ചറിയുന്നിടത്താണ് നമ്മുടെ വിജയം.

ഇന്റർവെല്ലിന് ബെല്ലടിച്ചാൽ കുട്ടികൾ ചാടിപ്പോയി ഐസ് വാങ്ങി ഈമ്പുന്നത് കണ്ടിട്ടില്ലേ? ഐസിലെ തണുപ്പോ, മധുരമോ മാത്രമല്ല അവർ ആസ്വദിക്കുന്നത്. ചുണ്ടുകളിലൂടെയുള്ള സ്പർശനം അവർക്ക് ലൈംഗിക സംതൃപ്തി നൽകുന്നുണ്ട്.

ടീച്ചർമാർ ശ്രദ്ധാപൂർവ്വം കേട്ടുകൊണ്ടിരുന്നു.

ലൈംഗികവളർച്ച എത്തുന്നതോടെ കൗമാര പ്രായക്കാൻ അവരുടെ ആശ്രയം കുടുബാംഗങ്ങളിൽ നിന്ന് എതിർലിംഗക്കാരുടെ നേർക്ക് തിരിയുന്നു. ഇവിടെ അവൻ സ്വത്വം തിരിച്ചറിയപ്പെടുകയാണ് ചെയ്യുന്നത്. ഇത് സ്വാഭാവികമായ ഒരു പ്രക്രിയയായിവേണം കരുതാൻ. ഇത് ബലം പ്രയോഗിച്ച് ഇല്ലാതാക്കാനാണ് നമ്മൾ ശ്രമിക്കുന്നത്. ക്രമിനലുകൾ ജൻമമെടുക്കുന്നത് ഇവിടെയാണ്

ഇതു പരിഹരിക്കാൻ നമുക്കെന്തുചെയ്യാൻ കഴിയും?

ആരോ ഇടക്കുകേറി ചോദിച്ചു.

ഒന്നും ചെയ്യാതിരിക്കുകയാണ് ഇതിനുള്ള ഏകപരിഹാരം. സ്കൂളുകൾ കുട്ടികൾക്ക് പരസ്പരം മനസ്സുതുറക്കാനുള്ള വേദിയാക്കിമാറ്റണം. അവൻ ഇഷ്ടാനിഷ്ടങ്ങൾ പങ്കുവെക്കട്ടെ; പൂക്കളേയും പൂമ്പാറ്റകളെയും പോലെ പ്രണയിച്ചുനടക്കട്ടെ, സ്വാതന്ത്ര്യത്തിന്റെ സ്വച്ഛവായു ശ്വസിക്കട്ടെ; അവരുടെ ലൈംഗികാഭിനിവേശങ്ങളെ മഹാപാതകമായി കാണാതിരിക്കുക. വിശക്കുമ്പോൾ ഭക്ഷണം കിട്ടുന്ന ഒരു വ്യവസ്ഥിതി ഉണ്ടാവണമെന്ന് നമ്മൾ രാശ്ക്കരാമാനം പ്രസംഗിക്കും. പക്ഷേ ലൈംഗികവിശപ്പിന്റെ കാര്യമെത്തുമ്പോൾ മലക്കം മറിയും. ഇത് കപടസദാചാരത്തിന്റെ വികൃതമുഖം.

ടീച്ചർമാർ പരസ്പരം നോക്കി. അവരുടെ മുഖം ചവിട്ടിക്കുഴച്ച ചെളിപോലെ വിരൂപമായി.

ചായയും പഴം പൊരിയും വന്നു.

ഇടവേളക്കുശേഷം ഗ്രൂപ്പ് ഡിസ്കഷൻ.ഒരോ ക്ലാസിലും എങ്ങിനെ ലൈംഗികവിദ്യാഭ്യാസം ഫലപ്രദമായി നടപ്പാക്കാംഎന്ന് ഓരോ ഗ്രൂപ്പും ചർച്ചചെയ്ത് ക്രോഡീകരിക്കണം.

താൽക്കാലികമായി ക്ലാസ് പിരിച്ചുവിട്ടു.

പഴംപൊരി വായിൽ കുത്തിത്തിരുകി ചായ ഒരു വിധം കുടിച്ചെന്നു വരുത്തി ടീച്ചർമാർ ബാഗുമെടുത്ത് സ്കൂളിലേക്ക് മടങ്ങി.

കട്ടികടലാസിൽ കളർചിത്രത്തോട്ടു കൂടിഅച്ചടിച്ച കൗമാരലൈംഗിക വിദ്യാഭ്യാസ പുസ്തകങ്ങൾ പഞ്ചായത്ത് വരാന്തയിൽ കെട്ടിക്കിടന്നു, കുറെക്കാലം. ചില വിരുതൻമാരായകുട്ടികൾ മണത്തറിഞ്ഞ് വന്ന് ഓരോന്ന് ഇളക്കിയെടുത്ത് ഷർട്ടിനുള്ളിൽ തിരുകിക്കയറ്റി, അടിച്ചുമാറ്റാൻ തുടങ്ങി. ഇത് ശ്രദ്ധയിൽ പെട്ടപ്പോൾ അവശേഷിച്ച പുസ്തകങ്ങൾ ഭദ്രമായി കെട്ടി ഓഫീസിന്റെ ഗോഡൗണിൽ സൂക്ഷിക്കാൻ, സെക്രട്ടറിയുടെ ഉത്തരവുണ്ടായി.

പതിനൊന്ന്

ഇതൊക്കെ മുമ്പുള്ള കാര്യങ്ങളാണ്. ഇന്ന് സ്വന്തം ഭാവികൊണ്ടാണ് പവിത്രൻ കളിക്കുന്നത്. ജോലി രാജിവെക്കുന്ന അവസ്ഥയിലേക്കെത്തുമെന്ന് സ്വപ്നത്തിലും കരുതിയതല്ല.

രാജിക്കത്തുമായി സെക്രട്ടറിയുടെ ക്യാബിനിലേക്ക് കയറിയതുമുതൽ സജീഷിന്റെ നെഞ്ചിലായിരുന്നു പിടച്ചിൽ. എന്തൊക്കെ പറഞ്ഞാലും പവിത്രൻ എന്നെന്നേക്കുമായി നഷ്ടപ്പെടുക സജീഷിന് ആലോചിക്കാൻ വയ്യ.

കൈവിറച്ചതുകൊണ്ടോ, നോട്ടം പാളിയതുകൊണ്ടോ സെക്രട്ടറി ത്രേസ്യാമ്മ ലൂയിസ് എറിഞ്ഞ പേപ്പർവെയ്റ്റ് പവിത്രനെതൊടാതെ ചില്ലലമാരയിൽ ചെന്നുകൊണ്ടു. കണ്ണാടി പൊളിയുന്ന ശബ്ദം കേട്ട് എല്ലാവരും ക്യാബിനിലേക്കോടി. സെക്രട്ടറി തലകുമ്പിട്ട് കരയുന്നു. പവിത്രൻ അതേ മുഖഭാവത്തോടെ എല്ലാവരെയും നോക്കുന്നു.

ആർക്കും ഒന്നും മിണ്ടാൻ തോന്നിയില്ല.

ക്യാബിനകത്ത് ഇത്രയുംനേരം അരങ്ങേറിയ കാഴ്ചകൾ മറ്റുസ്റ്റാഫുകൾ ഏതാണ്ട് ഊഹിച്ചു.

ഇയാൾക്കെന്തേ പൊടുന്നനെ ഇങ്ങനെ തോന്നാൻ

രാജിവെച്ചില്ലെങ്കിലും നൂറുവട്ടം പിരിച്ചുവിടാനുള്ള പണികളായിരുന്നു ഇയാൾ ഇത്രയുംനാൾ ഓഫീസിൽ കാട്ടിക്കൂട്ടിയതെന്ന് എല്ലാവർക്കുമറിയാം.

സ്റ്റാഫിന്റെയും ഭരണസമിതിയുടെയും മാത്രമല്ല, നാട്ടുകാരുടെ മൊത്തം വെറുപ്പും വിദ്വേഷവും ഏറ്റുവാങ്ങുകയായിരുന്നു. ഓഫീസ് സമയങ്ങളിൽ, അലസമായി താടിയുഴിഞ്ഞ് കണ്ടതിനും കടിയതിനും മനശാസ്ത്രനിരീക്ഷണം നടത്തി ബാക്കിയുള്ളവരുടെ സ്വൈരം കെടുത്തുമായിരുന്നു. പെഴച്ചുപൊയ്ക്കോട്ടെ എന്നുകരുതി ആരും ചവിട്ടിപ്പുറത്താക്കിയില്ല എന്നേയുള്ളു.

ലക്ഷം വീട് കോളനിയിൽ കക്കൂസ് നിർമ്മിച്ചുനൽകാൻ ഭരണസമിതി തീരുമാനിച്ചിട്ടും സെക്ഷൻ ക്ലർക്ക് പാറമേലിന്റെ അനാസ്ഥമൂലം ലാപ്സായിപോകുന്ന ഘട്ടം വരെ എത്തിയിരുന്നു. കോളനിക്കാർ ആവശ്യപ്പെടുന്നതെന്തും അപ്പടി അനുവദിച്ചുകൊടുക്കുന്നത് അവരുടെ കൂർത്തുവരുന്ന വിപ്ലവവീര്യത്തിന്റെ മുനയൊടിക്കലാണെന്ന് പാറമേലിന്റെ മനശാസ്ത്രനിരീക്ഷണം. അങ്ങനെ കക്കൂസിന്റെ ഫയലുകൾ പേപ്പർ വെയ്റ്റിനുകീഴെ പൊടിപിടിച്ചു കിടക്കുകയായിരുന്നു. പ്രസിഡണ്ടും മെമ്പർമാരും, കോളനിക്കാരും കൂട്ടത്തോടെ മേശവളഞ്ഞപ്പോഴാണ് പേപ്പർ വെയ്റ്റ് എടുത്തുമാറ്റി ഫയലിലെ പൊടിയൂതിക്കളഞ്ഞത്.

ഗ്രാമസഭ കോ-ഓഡിനേറ്റ് ചെയ്യാൻ പോയാലാണ് ഇഷ്ടന്റെ കോമാളിത്തരങ്ങൾ നാട്ടുകാർക്ക് വെളിപ്പെടുക.

മിനുട്സ് എഴുതിവെക്കുക മാത്രമാണ് ചുമതലയെങ്കിലും കിട്ടിയ അവസരങ്ങളിലെല്ലാം ഇടയ്ക്കുകേറി പ്രസംഗിക്കാൻയാതൊരു മടിയും കാട്ടാറില്ല.

വ്യക്തിഗത ആനുകൂല്യങ്ങൾ പ്രഖ്യാപിക്കുന്ന ഗ്രാമസഭയിൽ ചിലർ ഒച്ചപ്പാടുണ്ടാക്കിയ അവസ്ഥവരെ ഈയിടെ ഉണ്ടായി. കിട്ടിയവർ കൂടുതൽ കിട്ടാത്തതിൽ പ്രതിഷേധിച്ചു. കിട്ടാത്തവർ കിട്ടിയവരെ ചീത്തവിളിച്ചു. ചിലർ മെമ്പർമാരുടെ കോളറിന് കയറിപിടിച്ചു. ബഹളം ഏറെ നേരം തുടർന്നപ്പോൾ പവിത്രൻ പാറമേൽ എഴുന്നേറ്റു. അയാളിലെ സൈക്കോളജിസ്റ്റ് ഉണർന്നു.

വിഡ്ഢികൾ !

ഇതുവരെ കേൾക്കാത്ത അഭിസംബോധന.

എല്ലാവരും നിശബ്ദരായി.

കുരക്കുന്ന പട്ടികൾക്കുനേരെ എറിഞ്ഞുകൊടുക്കുന്ന അപ്പക്കഷ്ണ ങ്ങൾ എന്നെന്നേക്കുമായി വിശപ്പുമാറ്റുമെന്ന് കരുതരുത്. ഇത് നമ്മുടെ ലൈംഗിക വിശപ്പിനെപ്പോലും നശിപ്പിച്ചു കളയുകയാണെന്ന് നാം മനസ്സിലാക്കുന്നുണ്ടോ ?

എല്ലാവരും പരസ്പരം നോക്കി

നിങ്ങളെപോലെ ജർമ്മനിയിലുണ്ടായിരുന്ന സാധാരണ ക്കാർക്കിടയിൽ അവിടുത്തെ ഒരു സൈക്കോളജിസ്റ്റ് പഠനം നടത്തുകയുണ്ടായി. ആനുകൂല്യങ്ങൾ ഒന്നൊന്നായി നേടുന്നവർക്ക് ആർത്തിപെരുകുന്നു. അത് ആളുകളുടെ സ്വസ്ഥത നശിപ്പിക്കുന്നു. എകാഗ്രത ഇല്ലാതാക്കുന്നു. ഉറക്കം നഷ്ടപ്പെടുത്തുന്നു. അതിനോടുള്ള ഭ്രമം കൂടുമ്പോൾ ലൈംഗികവിരക്തി ഉറപ്പാണ്. അത് നിങ്ങളുടെ ദാമ്പത്യബന്ധം തകരാറിലാക്കും. സാമ്പത്തിക സഹായങ്ങളോട് ആർത്തികാണിക്കുന്നവരുടെ കിടപ്പറകൾ ശ്മശാന തുല്യമായിരിക്കും. ജർമ്മൻ സൈക്കോളജിസ്റ്റ് പറയുകയാണ്, ഇവരുടെ പങ്കാളികൾ ജാരൻമാരെ തേടുന്നില്ലെന്ന് ഉറപ്പിച്ച് പറയാൻ കഴിയില്ല.

നിർത്തെടാ.

ആരോ ഉച്ചത്തിൽ അട്ടഹസിച്ചു.

ഓന്റെ ഒരു ജർമ്മൻ സൈക്കോളജി.

കണ്ടോ, കണ്ടോ, ഭാര്യമാരുടെ ചാരിത്ര്യത്തെ പറഞ്ഞപ്പോൾ പൊള്ളുന്നതു കണ്ടോ, നിങ്ങളുടെ ഭാര്യമാർ പരിശുദ്ധകളായിരിക്കും, പിടിക്കപ്പെടുന്നതുവരെ.

ആരോ കസേരയെടുത്ത പവിത്രന്റെ നേർക്ക ഒറ്റയേറ്. മിനുട്സ് ബുക്ക് മറച്ചുപിടിച്ച് ഏറിൽനിന്ന് രക്ഷപ്പെട്ടു. സ്വഭാവം അറിയാവുന്ന തുകൊണ്ട് മെമ്പർ അയാളെ പിടിച്ചുവലിച്ച് ജീപ്പിൽ കൊണ്ടിരുത്തി. ഡ്രൈവറോട് രക്ഷപ്പെടുത്താൻ പറയുകയായിരുന്നു.

വിവാഹ റജിസ്ട്രേഷന് പഞ്ചായത്താഫീസിലെത്തുന്ന വധുവ രൻമാരെ കാണുമ്പോൾ അവരെ ചുറ്റിപ്പറ്റി നിൽക്കാനും, കസാരയിട്ടു കൊടുക്കാനും, അർത്ഥംവെച്ച വർത്തമാനങ്ങൾ പറയാനും, പവിത്രൻ പാറമേലിന് മിടുക്കാണ്. നിങ്ങളുടെ ബന്ധം സുദൃഢമാണോ, പങ്കാളി നിങ്ങളെ മനസ്സുകൊണ്ട് ഇഷ്ടപ്പെടുന്നുണ്ടോ, ഇല്ലെങ്കിൽ

ഇഷ്ടപ്പെടുത്താനുള്ള തന്ത്രങ്ങൾ പറഞ്ഞുതരണോ, ഇതിനേക്കാൾ നല്ല ബന്ധം ലഭിക്കുമായിരുന്നു എന്ന തോന്നലുണ്ടോ എന്നൊക്കെയുള്ള ചോദ്യങ്ങൾ കുശലപ്രശ്നങ്ങൾക്കിടയിൽ ഒളിപ്പിച്ചുവെച്ചിട്ടുണ്ടാവും. റജിസ്ട്രേഷന്റെ ഭാഗമാണെന്നോ മറ്റോ തെറ്റിദ്ധരിച്ചുപോയ ചിലർ മുക്കിയും മൂളിയും മറുപടി പറയാൻ ശ്രമിക്കും.

തല്ലിനും കൊല്ലിനും പേരുകേട്ട കുന്താലികുമാരന്റെ മകൾ സത്യഭാമ കല്യാണം കഴിഞ്ഞ് നാലാംനാൾ ഭർത്താവിനൊപ്പം റജിസ്ട്രേഷനുവന്നപ്പോൾ കാര്യങ്ങളൊക്കെ ഒട്ടേറെ പുരോഗമിച്ച രീതിയിലായി.

'നിങ്ങളുടെ വിവാഹബന്ധം കെട്ടുറപ്പുള്ളതാണോ' എന്ന തലക്കെട്ടിൽ കുറെ ചോദ്യാവലികൾ ഓഫിസിലെ കമ്പ്യൂട്ടറിൽ നിന്ന് ഡി.ടി. പി.യെടുത്ത് പ്രിന്റ് ചെയ്ത് റജിസ്ട്രേഷൻ ഫോറത്തോടൊപ്പം പിൻചെയ്ത് വിതരണം ചെയ്യുന്നതുവരെയെത്തി കാര്യങ്ങൾ.

ഇതെന്തുചോദ്യങ്ങളാണപ്പാ. മൂത്തമോളെ ഒപ്പിടാൻ കൂട്ടിക്കൊണ്ടരുമ്പം ഇമ്മാതിരി അലമ്പൊന്നും ഉണ്ടായിറ്റ്ല്ലല്ലപ്പാ.

കുന്താലികുമാരൻ ചോദ്യാവലിയുമെടുത്ത് സെക്രട്ടറിയുടെ ക്യാബിനിലേക്ക് പാഞ്ഞുചെന്നു.

പന്ത്രണ്ട്

പേര്:

വയസ്സ്:

മേൽവിലാസം:

ഫോൺ നമ്പർ:

ഇ-മെയിൽ:

നിങ്ങളുടെ വിവാഹബന്ധം കെട്ടുറപ്പുള്ളതാണോ?

താഴെകൊടുത്തിട്ടുള്ള ചോദ്യാവലി വായിച്ച് ശരിയുത്തരത്തിനു നേരെ ടിക്ക് (✔) ചെയ്യുക.

ഒന്ന്:- നിങ്ങളുടെ ഭർത്താവിനെ ആദ്യമായി കണ്ടപ്പോൾ

എ: മനസ്സിൽ ആഹ്ലാദം അണപൊട്ടിയൊഴുകി

ബി:സങ്കല്പത്തിലുള്ളയാൾ ഇങ്ങനെയൊന്നുമല്ലെന്നു വിചാരിച്ചു

സി: ആരായാലും കുഴപ്പമില്ല എന്നുതോന്നി

ഡി: മറ്റുള്ളവർ എന്തുകരുതും എന്നുവിചാരിച്ച് ഇഷ്ടമാണ് എന്നുപറഞ്ഞു

രണ്ട്:-നിങ്ങളുടെ ഭർത്താവ് ആദ്യമായി നിങ്ങളെ കണ്ടപ്പോൾ

എ: നിങ്ങളെക്കുറിച്ച് കൂടുതൽ അറിയാൻ ശ്രമിച്ചു.

തന്നെക്കുറിച്ച്ഒന്നും പറഞ്ഞില്ല.

ബി: തന്നെക്കുറിച്ച് എല്ലാം പറഞ്ഞു. നിങ്ങളെക്കുറിച്ച്

കൂടുതലൊന്നും ചോദിച്ചില്ല.

സി: തന്നെക്കുറിച്ച് ഒന്നും പറയുകയോ നിങ്ങളെക്കുറിച്ച് ഒന്നും

ചോദിക്കുകയോ ഉണ്ടായില്ല.

ഡി:തന്നെക്കുറിച്ച് കുറെ പറഞ്ഞു നിങ്ങളെക്കുയിച്ച് കുറെ

അറിയാൻ ശ്രമിച്ചു.

മൂന്ന് : നിങ്ങൾ ഭർത്താവിൽ നിന്നും പ്രതീക്ഷിക്കുന്നത്.

എ :നല്ല സുഹൃത്ത്

ബി : തന്റെ കുഞ്ഞുങ്ങൾക്ക് നല്ലൊരച്ഛൻ

സി : തന്റെ മേലാധികാരി

ഡി : കിടപ്പറയിലെ കാമദേവൻ

നാല് : ഭർത്താവ് നിങ്ങളെ നിയന്ത്രിക്കാൻ തുടങ്ങിയെന്ന് തോന്നി യിട്ടുണ്ടോ?

എ : എപ്പോഴും തോന്നിയിണ്ട്

ബി : പലപ്പോഴും

സി : വല്ലപ്പോഴും

ഡി : ഒരിക്കലുമില്ല

അഞ്ച് : നിങ്ങളുടെ ഭർത്താവിൽ കണ്ട ഏറ്റവും നല്ല ഗുണം ഏതാണ്?

എ : സത്യസന്ധത

ബി :സൗന്ദര്യം

സി :സൗമ്യത

ഡി : സൗന്ദര്യം

ഇ : ബുദ്ധിശക്തി

എഫ്: നർമ്മബോധം

ജി : സെക്സ് അപ്പീൽ

ആറ് : ഭർത്താവിന്റെ ഏതുകാര്യത്തിൽ മാറ്റം വേണമെന്നാണ് തോന്നിയിട്ടുള്ളത്?

എ: തൊഴിൽ

ബി: സ്വഭാവം

സി: രാഷ്ട്രീയം

ഡി: സൗന്ദര്യം

ഇ: കിടപ്പറയിലെ രീതി.

എഫ് : ഒരുകാര്യത്തിലും മാറ്റം വേണമെന്ന് തോന്നിയിട്ടില്ല.

ഏഴ്: ദാമ്പത്യ ജീവിതത്തിന്റെ ഒരുഘട്ടത്തിൽ നിങ്ങളുടെ ഭർത്താവ് തന്നെ വഞ്ചിച്ചുവെന്ന് തോന്നുകയാണെങ്കിൽ നിങ്ങൾ?

എ: കോപം കൊണ്ട് ജ്വലിക്കും

ബി: ചെറുതായി നീരസം പ്രകടിപ്പിക്കും

സി: മനസ്സ് ശൂന്യമാക്കാൻ ശ്രമിക്കും

ഡി: തന്റെ പോരായ്മകളെക്കുറിച്ച് ആത്മപരിശോധന നടത്തും.

ഇ: താൻ അദ്ദേഹത്തെ വഞ്ചിച്ചാലും കുഴപ്പമില്ല എന്നുതോന്നും

എട്ട്: പകൽ കുറെനേരം ഒന്നിച്ചിരിക്കാൻ അവസര മുണ്ടായാൽ

എ : കുഞ്ഞുനാളിലെ അനുഭവങ്ങൾ ഗൃഹാതുരതയോടെ

അയവിറക്കും

ബി : കണ്ട സിനിമയെക്കുറിച്ചോ, വായിച്ച പുസ്തകത്തെക്കുറി ച്ചോ ചർച്ചചെയ്യും.

സി : ഭാവിയെക്കുറിച്ച് സംസാരിക്കും.

ഡി : പരദൂഷണം പറയും

ഇ : തൊട്ടും തലോടിയും നേരം പോക്കും.

ഒൻപത് : സെക്സിനു ശേഷം നിങ്ങളുടെ ഭർത്താവ്

എ : കുറെ നേരം സംസാരിക്കും

ബി : മുൻപുള്ള അതേ സ്നേഹം ശേഷവും പ്രകടിപ്പിക്കും

സി : കാര്യമായ പരിഗണനയില്ല

ഡി : ദൂരെമാറി കിടക്കാൻ പറയും

ഇ : കാര്യംകഴിഞ്ഞാൽ ഉറക്കമായി.

പത്ത് : സെക്സിൽ പുരുഷന് താൽപര്യമില്ലാതെ വന്നാൽ

എ : വർത്തമാനം പറഞ്ഞ് താൽപര്യം ഉണർത്താൻ ശ്രമിക്കും

ബി : മനപ്രയാസമുള്ള കാര്യങ്ങൾ വല്ലതും ഉണ്ടോ എന്ന് അന്വേഷിക്കും

സി : തന്റെ സെക്സ് അപ്പീലിന് എന്തെങ്കിലും കുറവുണ്ടോ എന്നു പരിശോധിക്കും

ഡി : നിങ്ങൾ ദൂരെ മാറിക്കിടക്കും

ഇ : വെറുതെ കാത്തിരിക്കും

പതിനൊന്ന്: വിവാഹേതര ലൈംഗികബന്ധത്തെക്കുറിച്ച് നിങ്ങളുടെ അഭിപ്രായം

എ : ഒരിക്കലും പാടില്ല

ബി : പരിചിതരോട് ആവാം

സി : അപരിചിതരോട് ആവാം

ഡി : ആരുമായും ആവാം

പന്ത്രണ്ട് : വിവാഹ റജിസ്റ്ററിൽ ഒപ്പിടുമ്പോൾ ഒരുനിമിഷം വിവാഹ മോചനത്തെക്കുറിച്ച് ചിന്തിച്ചിട്ടുണ്ടോ?

എ : ഉണ്ട്

ബി : ഇല്ല.

പതിമൂന്ന്

സെക്രട്ടറി തേസ്യാമ്മലൂയിസ് ചോദ്യാവലി മുഴുവൻ വായിച്ചശേഷം കുന്താലി കുമാരന്റെ മുന്നിൽ തലയ്ക്ക് കൈകൊടുത്ത് ഇരുന്നു.

പിന്നെ ബെല്ലടിച്ച് പ്യൂണിനെ വരുത്തി സെക്ഷൻ ക്ലർക്ക് പവിത്രൻ പാറമേലിനെ വിളിപ്പിച്ചു.

എന്താണിതിന്റെ അർത്ഥം?

പവിത്രൻ പരുങ്ങി.

കുന്താലി കുമാരൻ! നടുറോട്ടിൽ വെച്ച് നാലാളെ ഒറ്റക്ക് മലർത്തിയടിച്ച വീരൻ!ഒരു കാൽ വിറപ്പിച്ചുനിൽക്കുന്നു.

എന്താണാവോ സംഭവിക്കാൻ പോകുന്നത്?

പിറകിൽ നിഴൽ പറ്റിനിൽക്കുന്ന സത്യഭാമ അതിനുപിറകിൽ ഒന്നുംമറിയാതെ കണ്ണുമിഴിച്ചുനിൽക്കുന്ന നാരോത്തു പോലുള്ള ചെറുക്കൻ. സീക്രട്ടാണ് സീക്രട്ടാണ്.എന്ന് ചെവിയിൽ പറഞ്ഞതാണെങ്കിലും ആ പെണ്ണ് ഇങ്ങനെ ചെയ്യുമെന്ന് വിചാരിച്ചതല്ല.

എന്റെ പേഴ്സണൽ ആവശ്യത്തിനാണ്.

പവിത്രൻ തുറന്നു പറഞ്ഞു

ഓഫീസ് പേഴ്സണൽ ആവശ്യത്തിന് മിസ്യൂസ് ചെയ്യാൻ പാടില്ലെന്ന് പ്രത്യേകം പറഞ്ഞുതരണോ? ഇയാളെ പറ്റി കംപ്ലെയ്ന്റ്

ഇല്ലാത്ത ഒറ്റദിവസവുമില്ലല്ലോ. ആക്ഷൻ എടുക്കാത്തത് ദൗർബല്യ മായി കാണരുത്. പക്ഷേ ഇത് വിടാവുന്ന കേസല്ല.

പവിത്രൻ പാറമേൽ നിശ്ചലനായി ഇരുന്നു.പുറത്തുനിന്നുള്ളവ രുടെ മുന്നിൽ വെച്ച് ഇങ്ങനെതേജോവധം ചെയ്യുന്നതിൽ ഷൾഗവ്യം തോന്നാതിരുന്നില്ല.

പഞ്ചായത്താഫീസ് എന്താ ഇയാളുടെ ക്ലിനിക്കാ? രാജിവെച്ച് വേറെ വല്ലിടത്തും പോയി ബോഡ് വച്ച് ചികിത്സതൊടങ്ങ്വാ. അല്ലാണ്ട് ബാക്കിയുള്ളോർക്ക് തലവേദന ഉണ്ടാക്കല്ല വേണ്ടെ.

സെക്രട്ടറി രോഷാകുലനായി.

അയാളെ വിട്ടേക്ക് സാറെ.

പ്രതീക്ഷിക്കാതെ കുന്താലി കുമാരൻ അഹിംസാവാദിയായി.

ഇതങ്ങനെ വിടാൻ പറ്റില്ല. ഗുരുതരമായ കൃത്യവിലോപമാണ്. നിങ്ങളൊരു വെള്ളക്കടലാസിൽ കംപ്ലെയ്ന്റ് എഴുതി അഞ്ചുറുപ്യേടെ കോർട്ട്ഫീ സ്റ്റാമ്പും ഒട്ടിച്ച് ഇങ്ങോട്ട് താ.

സെക്രട്ടറി വിട്ടുന്നമട്ടില്ല.

വേണ്ടസാറെ.എനിക്ക് പരാതിയില്ല.

കുന്താലി ഉറപ്പിച്ചിപറഞ്ഞു.

ആപ്പീസിലെ ചട്ടപ്പടിപ്രകാരമുള്ളഎന്തെങ്കിലും കടലാസാണോ ന്നറിയാനാ സാറിന്റട്ത്ത് വന്ന് പരാതിപറഞ്ഞെ നമ്മക്ക് എല്ലാകാ ര്യത്തിലും സംശ്യം വേണം.അടുത്ത കാലത്ത് പല പല സർവ്വേകളും നടത്തി പഞ്ചായത്തുകളിലെ വിവരങ്ങളൊക്കെ ബൈന്റ് ചെയ്ത് ബുക്കാക്കി വിദേശത്തേക്ക് അയച്ചുകൊടുക്കുന്നുണ്ടെന്ന പരാതി പത്രത്തിലൂടേം, പ്രസംഗത്തിലൂടേം, നമ്മ മനസ്സിലാക്കീറ്റ്ണ്ട്. ഇതും അമ്മാതിരി വല്ല ഏർപ്പാടോമറ്റോ ആണെന്നുകരുതിയാ ഞാൻ പേടി ച്ചുപോയെ. നാടിനെ ഒറ്റുകൊടുക്കാൻ നമ്മക്കൂട്ടനിൽക്കാൻ പാടുണ്ടോ? ഈസാറിന്റെ സ്വന്താവശ്യത്തിനാണെങ്കില് കാര്യാക്കണ്ട. എനിക്ക് ഒരു കംപ്ലെയ്ന്റും ഇല്ല. അയാളെ വിട്ടേക്ക്.

കുന്താലി കുമാരൻ പറഞ്ഞു.

നോക്ക് ഇമ്മാതിരി നല്ല മനുഷ്യൻമാര് ലോകത്തുള്ളോണ്ട്

ഇയാള് തൽക്കാലം രക്ഷപ്പെട്ടു. ഇനിയിതാവർത്തിച്ചാൽ ഞാൻ അപ്പുറോം ഇപ്പുറോം ആലോചിക്കൂല.ഓർത്തോ.

താങ്ക് യൂ മാഡം.

പവിത്രൻ മുന്നോട്ടു വന്നു പറഞ്ഞു.

പോ. പോ മുന്നീന്ന് പോ.

ജീർണവസ്തു കണ്ടതു പോലെ സെക്രട്ടറി മുഖം ചുളിച്ചു.

വൈകുന്നേരം ഓഫീസ് വിട്ട് പവിത്രൻ പാറമേൽ മെയിൻ റോഡിൽ നിന്ന് വീട്ടിലേക്കുള്ള ഇടവഴിതിരിഞ്ഞതേയുള്ളൂ.

സാറെ ഒന്ന് നിന്നേ

പവിത്രൻ തിരിഞ്ഞു നോക്കി.

ലുങ്കി മടക്കിക്കുത്തി കടും പച്ച ട്രൗസറിന്റെ അറ്റം പുറത്തു കാണിച്ച് തുടതടവിക്കൊണ്ട് കുന്താലികുമാരൻ. ഏതോ അടിസിനിമയിലെ വില്ലനെ പോലെ.

മിന്നൽ പോലെ എന്തോ ഒന്ന് പവിത്രന്റെ ഉള്ളിലൂടെ പാഞ്ഞുപോയി.വിളിശ്രദ്ധിക്കാത്ത മട്ടിൽ നടത്തത്തിന് വേഗതകൂട്ടി.

സാാാറെ, ഒന്ന് ആട നിക്കപ്പാാാ

കുന്താലി ഈണത്തിൽ മൊഴിഞ്ഞു.

പവിത്രൻ ബ്രേക്കിട്ട പോലെ നിന്നുപോയി.

നമ്മളെക്കൊണ്ട് ഓഫീസ്ന്ന് ചില്ലറ വെഷമായി അല്ലേ കാര്യാക്കണ്ട, ക്ഷമിച്ച് കള.

കുന്താലി വിനയാന്വിതനായി. ഇത് പ്രതീക്ഷിച്ചിരുന്നതല്ല. പവിത്രനു ശ്വാസം നേരെ വീണു.

ന്നാലും ഒര് സംശ്യം. ഇമ്മാതിരി അലമ്പ് പിടിച്ച ചോദ്യങ്ങൾക്ക് ഉത്തരം കിട്ടീട്ട് സാറ് എന്താക്കാനാ? നമ്മക്ക് വിവര്വല്ലാത്തോണ്ട് ചോദിക്ക്വാന്നേ.

അതോ, അതിന് കാര്യണ്ട്. പറയാം.

പവിത്രൻ ക്ലാസ് തുടങ്ങി.

ഉദാഹരണത്തിന് ന്ങ്ങടെ മോള് ദാമ്പത്യജീവിതത്തിൽ കാലെടുത്ത് വെച്ചിരിക്കയാണ്.ഇപ്പം വളരെ ഹാപ്പിയായിരിക്കും.ഈ സന്തോഷം നാളെ കിട്ടണംന്നില്ല. ചെറിയ കാരണങ്ങൽ മതി പിണങ്ങാൻ. അതിന്റെ കട്ടിക്കൂടിയ പിരിയുന്ന ഘട്ടം വരെയെത്തും. അഡ്ജസ്റ്റ് ചെയ്ത് ജീവിക്കാൻ ഇന്നത്തെ കുട്ടികള് പഠിക്കുന്നില്ല. അതിന് പ്രിപ്പേർ ചെയ്യാൻ അവരെ പ്രാപ്തരാക്കുകയാണ് ഞാൻ. ദാമ്പത്യ ജീവിതത്തിലെ ശക്തിയും ദൗർബല്യവും കണ്ടറിഞ്ഞ്, അതിനനുസരിച്ച് ലൈഫ് മുന്നോട്ടുപോകാൻ വേണ്ട നിർദ്ദേശങ്ങളും ഉപദേശങ്ങളും നൽകും. നമ്മൾ ഇതിനെ കൗൺസലിംഗ് എന്നുപറയും.

ഓഹോ.

കുന്താലി കുമാരൻ കൗതുകത്തോടെ കേട്ടുകൊണ്ടിരുന്നു. പവിത്രന് ആവേശം കൂടി.

എ.ബി.സി.ഡി. തുടങ്ങിയ ഉത്തരങ്ങൾക്ക് പലതരം സ്കോറുകൾ നൽകിയിട്ടുണ്ട്. പന്ത്രണ്ട് ചോദ്യങ്ങൾക്കും കൂടി ആകെ നൂറ് സ്കോർ.

അത് ശരി.

ടോട്ടൽ സ്കോർ ഇരുപത്തഞ്ചിൽ താഴെ വരികയാണെങ്കിൽ ദാമ്പത്യത്തിൽ ഭയങ്കരമായ പൊട്ടലും ചീറ്റലും പ്രതീക്ഷിക്കാം. ഇരുപത്താറിനും അൻപതിനും ഇടയ്ക്കാണെങ്കിൽ ഒരുവിധം മുന്നോട്ടുപോകുന്നു എന്നേയുള്ളൂ. മെച്ചപ്പെട്ട ജീവിതത്തിന് അല്പം പ്രയാസപ്പെടേണ്ടിവരും.അമ്പത്തൊന്നിനും എഴുപത്തഞ്ചിനും ഇടയ്ക്കാണെങ്കിൽ ഒരുവിധം നല്ല മട്ടിലാണ് അവരുടെ ജീവിതം. എഴുപത്താറിന് മേലെ സ്കോർ കിട്ടിയവരാണ് മാതൃകാദമ്പതികൾ. അത്തരക്കാർ നമ്മുടെ നാട്ടിൽ അപൂർവ്വമാണ്.

അപ്പോ അങ്ങിനെയാണേല്ലേ....

കുന്താലി അൽഭുതം കൂറി.

അയ്നെടേല് ഒന്ന് ചോയ്ചോട്ടെ സാറെ.

ചോയ്ച്ചോളൂ എന്താ സംശ്യം?

പവിത്രൻ ഉത്തരം നൽകാൻ തിട്ടുക്കപ്പെട്ടു.

ചേട്ടായിക്കിപ്പംഎത്ര ശമ്പളമുണ്ടാകും?

അതിപ്പം ബേസിക്കും, ഡി.എയും, എച്ച്.ആർ എയും കൂടി ഏതാണ്ട്...

പവിത്രൻ കണക്കുട്ടാൻ തുടങ്ങി.

കൊട്ടക്കണക്കിന്ണ്ടാവും അതറിയാം.

കുന്താലിയുടെ സ്വരത്തിൽ നേരിയ മാറ്റം.

എന്റെയും നികുതിപ്പണം കൊണ്ടാണ് നായിന്റെ മോനെ നീ നാലുനേരം ശ്രുളു ശ്രുളു വിഴുങ്ങുന്നത്, മനസ്സിലായാ?

പിന്നെ പല്ലുകൾ ഞെരിച്ചുപിടിച്ച്, അടുത്തുപോയി പവിത്രന്റെ കരണക്കുറ്റിക്ക് ഒറ്റയിടി.

കണ്ണിൽ തീപാറി. ചെവിയിൽ എന്തോ ഇരമ്പിപ്പാഞ്ഞു. കുറെ നേരത്തേക്ക് പവിത്രൻ ഒന്നും കണ്ടില്ല, ഒന്നും കേട്ടില്ല. പുക പോലെ എന്തോ ഒന്ന് മുന്നിൽ പരന്നു കിടക്കുന്നു. ഈച്ചകൾ കൂട്ടമായി പറക്കുന്നതുപോലെ എന്തോ ഒച്ച.

പുകമാറിയപ്പോൾ കുന്താലിയെ കണ്ടില്ല. എങ്ങോട്ടോ അപ്രത്യക്ഷനായിരിക്കുന്നു.

പവിത്രൻ പാറമേൽ കവിൾതടവിക്കൊണ്ട് ചുറ്റുംനോക്കി. ആരും കണ്ടില്ല.അത്രയും ഭാഗ്യം.

പിന്നെ ഒന്നും സംഭവിക്കാത്തതുപോലെ ഇടവഴിയിലൂടെ നടന്നുപോയി.

പതിനാല്

സെക്രട്ടറി ത്രേസ്യാമ ലൂയിസിന്റെ രോഷം മഴവൻ പ്രകടമാക്കുന്ന ഏറിൽനിന്ന്, തലനാരിഴക്ക് രക്ഷപ്പെട്ട് പവിത്രൻ പാറമേൽ പഞ്ചായത്താഫീസിന്റെ പടിയിറങ്ങി.

ഇതിനുമാത്രം ഇപ്പോഴന്തൊ ഉണ്ടായെ?.

പിറകെ വന്ന് സജീഷ് ചോദിക്കുന്നു.

പവിത്രൻ ഒന്നും മിണ്ടിയില്ല.

പവിത്രൻ എന്നന്നേക്കുമായി നഷ്ടപ്പെടുന്നത് സജീഷിന് സഹിക്കാവുന്നതിലപ്പുറമാണ്.ഓഫീസ് വിട്ടവൈകുന്നേരങ്ങളിൽ ബാറിലോ വീടിന്റെ ടെറസ്സിലോ കൂടുന്നത് ഇല്ലാതായിപ്പോവുമല്ലോ എന്ന വിഷമം മാത്രമല്ല.മറ്റാരും കാണാത്തത് കാണുകയും, മറ്റാരും കേൾക്കാത്തത് കേൾക്കുകയും, മറ്റാരും പറയാത്തത് പറയുകയും ചെയ്യുന്ന പ്രകൃതം ഒറ്റനോട്ടത്തിൽ കയ്പേറിയ താണെങ്കിലും ആലോചിച്ചു കൊണ്ടിരിക്കുമ്പോൾ മധുരമുള്ളതായി മാറാറുണ്ട്. വരണ്ട ഫയലുകൾക്കിടയിൽ അല്പം ആശ്വാസം തരുന്നത് പവിത്രന്റെ സാന്നിദ്ധ്യവും ആപ്പുവെച്ച വർത്തമാനങ്ങളും മാത്രമാണ്.

ശല്യക്കാരൻ തന്നെ, നാലാൾക്കൂടുന്നിടത്ത് നാണക്കേടുതന്നെ. പക്ഷേ എല്ലാം നഷ്ടപ്പെട്ടുഎന്ന തോന്നലുവുമ്പോഴാണ് ആശല്യമൊന്നും വലിയ ശല്യമല്ലെന്നും, ഇതിനേക്കാൾ വലിയ നാണക്കേടുകൾ നാട്ടിൽ നടക്കുന്നുണ്ടെന്നും തിരിച്ചറിയുന്നത്.

രാജിക്കത്ത് തിരിച്ചുവാങ്ങി സെക്രട്ടറിയോട് സോറി പറഞ്ഞ്കള. ഭാവികൊണ്ടാണ് കളി.

സജീഷ് ഉപദേശിച്ചു.

പവിത്രേട്ടനില്ലാത്ത ഓഫീസ്!

അത് സ്മശാനമാണ്, ദാഹജലം ലഭിക്കാത്ത മരുഭൂമിയാണ്, വെളിച്ചംകടക്കാത്ത വനാന്തരമാണ്.

ഒന്നും മിണ്ടാതെ നടക്കുകയാണ് പവിത്രൻ.

സജീഷിനോട് ഈ റോഡിൽ വെച്ച്, താൻ ഇങ്ങനെയൊരു തീരുമാനമെടുക്കാനുണ്ടായ സാഹ്യചര്യത്തെക്കുറിച്ച് വിസ്തരിക്കാൻ പാറമേൽ അശക്തനായിരുന്നു. കരണത്തുകിട്ടിയ തല്ല് നാലാളാറിയുന്നതിന്റെനാണക്കേട് മാത്രമായിരുന്നില്ല അത്.

ശാസ്ത്രീയമായി പഠിച്ചിട്ടില്ലെങ്കിലും തല്ലിനും കൊല്ലിനും പോകുന്നവർ ഹ്യൂമൺ സൈക്കോളജി മനഃപാഠമാക്കിയവരായിരിക്കും. കള്ളൻമാരും പോക്കറ്റടിക്കാരും പഠിച്ചിട്ടുള്ളത്ര മനശാസ്ത്രം ലോകത്താരും പഠിച്ചിട്ടുണ്ടാവില്ല. കുന്താലി കുമാരൻ നല്ല മനശ്ശാസ്ത്രജ്ഞനാണ്.

മാനസികമായി ഒരുപാട് പീഡനങ്ങൾ ഏൽക്കേിവന്നിട്ടുണ്ടെങ്കിലും ശാരീരികമായി ഒരു തല്ല് മാത്രമേ പവിത്രൻ പാറമേലിന് കൊള്ളേണ്ടി വന്നിട്ടുള്ളൂ. എന്നെങ്കിലും ഇതുപോലൊന്ന് സംഭവിക്കുംഎന്ന് പ്രതീക്ഷിക്കാതിരിക്കാൻ മാത്രം ബുദ്ധിശൂന്യനായിരുന്നില്ല അയാൾ. പക്ഷേ ഈ തല്ലിന്റെ ഫലമായി വ്യവസ്ഥിതിയും മനുഷ്യനും തമ്മിൽ നിലനിൽക്കുന്ന സംഘർഷം കരുതുന്നതിനേക്കാൾ ഭികരമാണെന്ന് തിരിച്ചറിഞ്ഞിരിക്കുന്നു.

ഇതൊക്കെ എങ്ങിനെയാണ് സജീഷിനെപോലെയുള്ളവർക്ക് പറഞ്ഞു മനസ്സിലാക്കിക്കൊടുക്കുക എന്ന ചിന്തയിലായിരുന്നു പവിത്രൻ.

തിരിച്ചുവാ പവിത്രേട്ടാ.

സജീഷ് കേണപേക്ഷിച്ചു.

എനിക്ക് സ്വാതന്ത്ര്യം വേണം.

പവിത്രൻ പറഞ്ഞു.

ഇക്കാലത്ത് ആരെങ്കിലും ഇമ്മാതിരി പണിചെയ്യ്വാ ഒന്നുമില്ലെങ്കിലും മാസാമാസം എണ്ണിവാങ്ങുന്നത് ഇല്ലാണ്ടായാ കഞ്ഞികുടി മുട്ടിപ്പോവ്വും എന്ന വിചാരം വേണ്ടോ?

പവിത്രൻ പക്ഷേ ഒരു വികാരത്തിനു പുറത്ത് എടുത്ത തീരുമാനമായിരുന്നില്ല അത്. ഏറെനാളായി മനസ്സിൽ കൂട്ടിയും കിഴിച്ചും നോക്കി കണ്ടെത്തിയ ഉത്തരമായിരുന്നു.കുന്താലി കുമാരൻ ഒരു നിമിത്തമായെന്നു മാത്രം.

നീ പോ സജീഷേ, കാര്യങ്ങളൊക്കെ പിന്നീട് പറഞ്ഞുതരാം. തൽക്കാലം എന്റെ മനസ്സിന് തോന്നുന്നതു പോലെ പ്രവർത്തിക്കാൻ സ്വാതന്ത്ര്യം വേണം-

മേശമേലുള്ള ഫയലുകൾ അടച്ചുവെക്കുക കൂടി ചെയ്യാതെയാണ് സജീഷ് പവിത്രന്റെ പിറകെ കെഞ്ചിനടക്കുന്നത്.

തിരിച്ചുവരില്ലെന്നുറപ്പാ?

സജീഷ് കരയുന്നതുപോലെ പവിത്രനു തോന്നി. ശബ്ദത്തിന് ഇടർച്ചയുണ്ട്. അവനിൽ അടിഞ്ഞുകിടപ്പുള്ള അരക്ഷിതബോധം മുഴുവൻ പ്രകടമാണ് വാക്കുകളിൽ.

പവിത്രൻ അവന്റെ കൈ പിടിച്ചുകൊണ്ടു പറഞ്ഞു.

നിനക്കിപ്പോൾ ഭയങ്കര ടെൻഷനാണ് നിന്റെ ഭാര്യ പ്രസവിച്ചു കിടപ്പായതാണ്, നിന്റെ കാര്യങ്ങളൊന്നും മുറയ്ക്ക് നടക്കാത്തതാണ്. ഇനിഭാര്യ തിരിച്ചുവന്നാൽ തന്നെ പഴയപോലെ ഒന്നും നടക്കില്ല. നിനക്കവളോട് പഴയ ഇഷ്ടോം സ്നേഹോം ഉണ്ടാവണമെന്നില്ലാ തിരിച്ചും അങ്ങനെ തന്നെ.

സജീഷ് പവിത്രന്റെ പിടിയിൽ നിന്ന് കുതറി.

നിനക്ക് എന്നോട് അത്രയ്ക്ക് താല്പര്യമാണെങ്കിൽ നീ എന്റെ കൂടെ വരിക ഫയലുകൾ ഓപ്പണായി കിടക്കട്ടെ.

സജീഷിന് ഒന്നും മനസ്സിലായില്ല.

സ്വർഗതുല്യമായ സ്നേഹം എന്തെന്ന് ഞാൻ കാണിച്ചുതരാം. നീപൂർണ്ണ സ്വതന്ത്രനായി എന്റെ കൂടെ വരിക.

ഒരു കള്ളച്ചിരി ചിരിച്ചുകൊണ്ട് പവിത്രൻ സജീഷിന്റെ കൈയ്യിൽ കടന്നുപിടിച്ചു.ഉള്ളം കൈ പതുക്കെ തടവി.

സജീഷ് ഭയന്നുപോയി.

ഛീ.

പവിത്രന്റെ ബലമുള്ള കൈ തട്ടിമാറ്റി സജീഷ് പഞ്ചായത്താഫീസിലേക്ക് തിരിഞ്ഞോടി.

പതിനഞ്ച്

പവിത്രനില്ലാത്ത ഓഫീസ് വളരെ സുരക്ഷിതമായി തോന്നി സെക്രട്ടറി ത്രേസ്യാമ്മ ലൂയിസിന്. അടിച്ച് തെളിച്ച് വൃത്തിയാക്കിയ പ്രതീതി.

ഇനിയൊന്ന് പഞ്ചായത്തിനെ പഴുക്കെ റെയിൽ കയറ്റണം. കൃത്യതയും സൂക്ഷമതയും ഉറപ്പുവരുത്തണം. കോൺഫ്രൻസുകളിൽ മാതൃകാ പഞ്ചായത്ത് എന്ന് ഡി.ഡി. പി യെക്കൊണ്ട് പറയിക്കണം.

സ്റ്റാഫിനെ മുഴുവൻ വരച്ചവരയിൽ നിർത്താൻ അറിയാഞ്ഞിട്ടല്ല. അനുസരിക്കാത്തവരെ എരത്ത് പിടിച്ച് പുറത്താക്കാനും ത്രേസ്യാമ്മ ലൂയിസിനെ ആരും പഠിപ്പിക്കേണ്ട.

പിന്നെ പവിത്രൻ പാറമേലിന്റെ കാര്യം. അത് വേറെ ജാതിയാണ്. തൊട്ടാൽ കൈനാറും. ഇത്രയും നാൾ ഈ സത്വം കാവൽനിൽക്കുന്ന ഇരു ഗുഹയായിരുന്നു പഞ്ചായത്ത്. അയാൾ ചവച്ചുതുപ്പാറുള്ള വാക്കുകളുടെ നാറ്റംകൊണ്ട് തടുപ്പോറില്ലായിരുന്നു. നോട്ടം കൊണ്ട് ഉടുവസ്ത്രം അഴിപ്പിക്കുന്ന തെണ്ടി.

ഒടുക്കം അടിയറവ് പറഞ്ഞ് ഓടിപ്പോയിരിക്കുന്നു, കർത്താവിന് സ്തുതി.

തന്റെ വാക്കുകൾ കാരണമാണോ അയാൾ ജോലി ഉപേക്ഷിക്കുന്നത് എന്ന സംശയത്തിലായിരുന്നു ഒന്നു പറഞ്ഞു നോക്കിയത്. താൻ മൂലം ആരുടെയെങ്കിലും അന്നം മുട്ടിപ്പോയാൽ അത് കർത്താവിന് നിരക്കുന്നതല്ല. മാത്രമല്ല പാപികൾക്ക് ശിക്ഷ വിധിക്കാൻ

താനാര്?

പറയേണ്ടത് പറഞ്ഞുവെന്ന സംതൃപ്തിയുണ്ട്. പറച്ചിലിൽ വീണ പോവാതിരുന്നതിലുണ്ട് അതിലേറെ സംതൃപ്തി.

രാജിവെച്ചകാര്യം ഔദ്യോഗികമായി അറിയിക്കാൻ പ്രസിഡണ്ടിന്റെ ക്യാബിനിൽ കയറിയപ്പോൾ സ്റ്റാന്റിംഗ് കമ്മറ്റി ചെയർമാൻ സുഗുണനും ഉണ്ടായിരുന്നു.

വാസ്തവത്തിൽ പുള്ളിക്കാരന്റെ ലക്ഷ്യം അത്ര മോശമൊന്നുമായിരുന്നില്ല.മാർഗമായിരുന്നു അലമ്പാക്കിയത്.

സുഗുണൻ പറഞ്ഞു.

കൗൺസലിംഗും സൈക്കോളജിക്കൽ അനലൈസും വളരെ ഗുണകരമാണ് സമൂഹത്തിന് ശരിയായ രീതിയിൽ കണ്ടിന്യൂ ചെയ്യാൻ പറ്റിയിരുന്നെങ്കിൽ അതിനേക്കാൾ ക്രിയേറ്റീവായ ഒരു പദ്ധതി വേറെയില്ല -പഞ്ചായത്തിലെ ജനങ്ങളുടെ മാനസികനിലവാരം മൊത്തമായി ഉയർത്തപ്പെടുക എന്നത് ചെറിയ കാര്യാണോ?

സുഗുണൻ ചോദിച്ചു.

പ്രസിഡണ്ട് സി.വി.ജി അസ്വസ്ഥനായി. ഇവൻ പ്രസംഗിക്കാൻ തുടങ്ങിയാൽ പിടിച്ചാൽ കിട്ടില്ല. കുലംകഷമായി പ്രസംഗിച്ചുകളയും

സ്റ്റാഫിന്റെ വേക്കൻസി ഉടൻ തന്നെ ഫില്ല് ചെയ്യുന്ന കാര്യം മാഡം ശ്രദ്ധിക്കണം.ഓവർ ബേഡൺ അടിച്ചേല്പിക്കരുത്.

വിഷയം മാറ്റാനായി പ്രസിഡണ്ട് സെക്രട്ടറിയുടെ നേർക്ക് തിരിഞ്ഞു.

ഡി. ഡി. പിക്ക് റിപ്പോർട്ടയച്ചിട്ടുണ്ട് സാർ.

കഴിഞ്ഞ വർഷം വാർഡുകൾ തോറും ചൈൽഡ് കെയർ യൂണിറ്റ് തുടങ്ങിയതിൽ ഒരപകടം ഉണ്ടായിട്ടുണ്ട്.

സുഗുണൻ ഇടക്കുകേറി പറഞ്ഞു. പൊടുന്നനെയുള്ള അയാളുടെ കണ്ടെത്തൽ ഇരുവരെയും നിശബ്ദരാക്കി.

ആ പദ്ധതി പല വീട്ടുകാരുടെയും മാനസിക തകർച്ചക്ക് ഇടയാക്കിയിരിക്കുന്നു.

സെക്രട്ടറിയും പ്രസിഡണ്ടും ഒന്നും മനസ്സിലാവാതെ പരസ്പരം നോക്കി.

അമ്മമാർ മുല കൊടുത്തു വളർത്തേണ്ട പ്രായത്തിൽ ആയമാർ കുപ്പിപ്പാൽ കൊടുത്തു വളർത്തുന്നു. അമ്മമാരുടെ നെഞ്ചിനകത്തു ചുര മാന്തുന്ന സ്നേഹം പുറത്തെടുക്കാനാവാതെ അവർ കടുത്ത മാനസിക സംഘർഷം നേരിടുന്നു...

അതിന് നമ്മൾ ലക്ഷക്കണക്കിന് രൂപാ ചെലവഴിച്ചുണ്ടാക്കിയ ചൈൽഡ്കെയർ സെന്റർ അടച്ചുപൂട്ടി അവിടുത്തെ ആയമാരെ പിരി ച്ചുവിടണം എന്നാണോ ചെയർമാൻ ഉദ്ദേശിക്കുന്നത്?

പ്രസിഡണ്ട് ഇടക്കുകേറി ചോദിച്ചു.

അതല്ല, ഇനി അതു നടപ്പുള്ളകാര്യമല്ല.

വേറൊരു പോംവഴി എന്റെ മനസ്സിൽ ഉരുത്തിരിയുകയാണ്. അതിന്റെ പ്രൊജക്ട് തയ്യാറാക്കി ഡി.പി.സി.യെക്കൊണ്ട് അംഗീ കരിപ്പിച്ചാൽ നമ്മൾ രക്ഷപ്പെട്ടു.

ചെയർമാൻ കാര്യം പറയൂ.

പ്രസിഡണ്ട് ആകാംക്ഷയോടെ ചോദിച്ചു.

വീടുകളിൽ കുഞ്ഞുങ്ങൾക്കു പകരം പെറ്റ് ആനിമലുകളെ വളർത്താനുള്ള ഒരു പദ്ധതിയെക്കുറിച്ച് നമ്മൾ ആലോചിക്കണം. കമ്പിക്കൂട്ടിനകത്തെ കിളിക്കൂട്ടങ്ങളാവാം കണ്ണാടിപ്പെട്ടിക്കകത്തെ കണ്ണിമൽസ്യങ്ങളാവാം ഏതുരീതിയായാലും വീട്ടുകാരുടെ മാനസിക സന്തോഷം തിരിച്ചുവരുന്നതിന് അത് കാരണമാകും.

നടക്കുന്ന കാര്യമാണോ ചെയർമാനെ.?

പ്രസിഡണ്ട് സ്വതസിദ്ധമായ ശൈലിപുറത്തെടുത്തു.

എന്തുകൊണ്ട് നടപ്പില്ല.! പണ്ടത്തെ പ്രസിഡണ്ട് കരുണാകരൻ മാഷ് പ്ലാനിംഗില്ലാതെ നടപ്പാക്കി പരാജയപ്പെട്ടത് നമ്മൾ വ്യക്ത മായി പ്ലാൻ ചെയ്ത് നടപ്പാക്കുന്നു.

സുഗുണൻ വിശദീകരിച്ചു.

ഉദാഹരണത്തിന് നമ്മൾ ഓരോ വീട്ടിലും മൂന്നോ നാലോ

പൂച്ചക്കുട്ടികളെ നൽകുന്നു. പൂച്ചക്കുട്ടികളെതന്നെ സെലക്ട് ചെയ്യാൻ കാരണമുണ്ട്. അത് വഴിയെ പറയാം. അവറ്റകളുടെ ഓമനത്തം ആരുടെ ഹൃദയത്തെയാണ് വശീകരിക്കാതിരുന്നിട്ടുള്ളത്.! വിരസ തയകറ്റാൻ പൂച്ചക്കുട്ടികളെ പോറ്റാറുണ്ടെന്നുള്ളതിന് തെളിവുകൾ അനവധിയുണ്ട്.

നമുക്ക് പ്രൊഡക്ടീവായ മറ്റെന്തെങ്കിലും ആലോചിച്ചൂടെ.?

പ്രസിഡണ്ട് നീരസം പ്രകടിപ്പിച്ചു.

പൂച്ചകളെക്കാൾ പ്രൊഡക്ടീവായ മറ്റെന്തുണ്ട്? അത് പെറ്റുപെരുകുന്നത് എലികളുടെ സർവ്വനാശത്തിന് കാരണമാകും. ഒരു പൂച്ച ഒരെലിയെ പിടിച്ചാൽ മതി നമ്മുടെ പഞ്ചായത്ത് സമ്പൂർണ്ണ എലി വിമുക്ത പഞ്ചായത്ത് എന്ന ഖ്യാതി നേടും. ഇല്ലംചുടാതെ തന്നെ എലിയെക്കൊല്ലാം

സർ എനിക്കിത്തിരി ജോലിയുണ്ട്, ഞാനപ്പർത്തേക്ക്...

സെക്രട്ടറി എഴുന്നേറ്റു.

മാഡം അവിടെയിരിക്ക്. പഞ്ചായത്ത് ഡിപാർട്ട്മെന്റിൽ നിന്നും ആഴ്ചക്കാഴ്ചക്ക് കടലാസ് വരാറില്ലേ, എലിപ്പനി നിർമാർജനത്തിന് എന്തുചെയ്തു എന്തു ചെയ്യുന്ന്. മാഡത്തിന് ധൈര്യത്തോടെ പറയാം ഒറ്റ എലിപ്പനിക്കാരനും നമ്മുടെ പഞ്ചായത്തിൽ ഇല്ലെന്ന്.

സുഗുണന് ആവേശം കൂടി.

നമ്മൾ ചെറിയ കാര്യം ചെയ്യുന്നു.അതോടനുബന്ധിച്ച് നൂറായിരം ഗുണങ്ങളുണ്ടാവുന്നു.ഏത് പ്രൊജക്ട് തയ്യാറാക്കുമ്പോഴും അത് സമൂഹത്തിൽ ഏതെല്ലാം രീതിയിൽ സ്വാധീനിക്കും എന്ന ബോധ്യമുണ്ടാവണം.അത് മൾട്ടിപ്പർപ്പസായിരിക്കണം-

സുഗുണൻ നെഗളിച്ച് സെക്രട്ടറിയേയും പ്രസിഡണ്ടിനേയും മാറി മാറി നോക്കി.

ശരി.ശരി അതിന് ഇത്ര മാത്രം പൂച്ചകളെ നമുക്കെവിടുന്നു സംഘടിപ്പിക്കാനാവും?

അതിനെന്തു പ്രയാസം?

സുഗുണൻ മറുപടി നൽകി

മൃഗസംരക്ഷണവകുപ്പിന് കീഴിലുള്ള ആനിമൽ ക്ലബിന് എഴുതിയാൽ അവർ പൂച്ചകളുടെ പ്രജനനതന്ത്രത്തെ കുറിച്ച് ക്ലാസെടുത്തു തരും. എഫിഷ്യന്റ് ആയ ഒരാളെ അങ്ങോട്ട് വിട്ടാൽ മതി. !

സുഗുണന് എല്ലാത്തിനും കൃത്യമായ ഉത്തരമുണ്ട്. ഇയാൾക്കുമുൻപിൽ തന്റെ പ്രസിഡണ്ടു പദവി നന്നെ ചുരുങ്ങിപ്പോവുന്നതുപോലെ തോന്നിയിട്ടുണ്ട് സി.വി.ജി.ക്ക്. അപാര വിവരമാണ്. പറയുന്നത് ഒറ്റയടിക്ക് തള്ളിക്കളയാൻ പറ്റുന്നതല്ല. പ്ലാനിംഗിന് പിഴവു പറ്റാനിടയില്ല.

ആരെയാണ് ഇത് കൈകാര്യംചെയ്യാൻ അയക്കുക ചെയർമാനെ? പ്രസിഡണ്ട് ചോദിച്ചു.

അത് എക്സ് ഓർ വൈ. ആരായാലും കുഴപ്പമില്ല. എന്നാലും ഓഫീസ് സ്റ്റാഫാവുമ്പം നമുക്കൊരു റസ്പോൺസിബിലിറ്റി ഉണ്ടാവും. അതുകൊണ്ട് കൂട്ടത്തിൽ ചെറുപ്പക്കാരനായ സജീഷിനെ നമുക്കാടത്തേക്ക് വിടാം. കക്ഷി ഇതിനു ഫിറ്റാ.

സുഗുണൻ പറഞ്ഞു.

സോറി ഇപ്പത്തന്നെ ഒരു വേക്കൻസി ഒഴിഞ്ഞു കിടപ്പാ. ഇനി ഒരാളും കൂടി ലോംഗ് ലീവെടുത്താ...

സെക്രട്ടറി ആശങ്കപ്പെട്ടു.

അതിനെന്ത്? മറ്റ് ഡിപാർട്ടുമെന്റുകളിൽ നിന്ന് ഡിപ്ലോയ്മെന്റായി ഇപ്പം ഇഷ്ടം പോലെ ആളെകിട്ടുമല്ലോ.പോരാത്തതിന് ഡിവിഷൻ ഫാളായി പൊറത്ത് നിൽക്ക്ന്ന പ്രോട്ടക്റ്റഡ് ടീച്ചേഴ്സിനെ പഞ്ചായത്താഫീസിൽ നിയമിക്കാനുള്ള ആലോചന സർക്കാർ തകൃതിയായി നടത്ത്ന്ന്ണ്ട്.

സെക്രട്ടറി ത്രേസ്യാമ്മ ലൂയിസിന് പിന്നെ ഒന്നും മിണ്ടാൻ കഴിഞ്ഞില്ല. അവർ ബെല്ലടിച്ച് പ്യൂണിനെ വരുത്തി സജീഷിനെ വിളിപ്പിച്ചു.

സജീഷ് ആകാംക്ഷയോടെ ക്യാബിനിന്റെ അരവാതിൽ തുറന്ന് അകത്തു കയറി എന്നും കേൾക്കാറുള്ളതായിരുന്നെങ്കിലും അരവാതിൽ തുറക്കുന്നതിന്റെയും അടയുന്നതിന്റെയും കരകര ശബ്ദം സുഖകരമായി തോന്നി സജീഷിന്.

www.ingramcontent.com/pod-product-compliance
Lightning Source LLC
LaVergne TN
LVHW060150051026
849517LV00007B/2610
* 9 7 8 9 3 8 9 1 5 5 0 2 0 *